Read Tamil Instantly
தமிழ் வாசித்தல் பயிற்சி நூல்

முனைவர் மெய். சித்ரா

தமிழ் எங்கள் உயிருக்கு நேர்

Tamil Unlimitd LLC
10 Maybelle court, Mechanicsburg, PA 17050
tamilunltd@gmail.com, admin@tamilcomputingjournal.org
www.tamilunltd.com | www.tamilcomputingjournal.org

நூலின் பெயர்	:	**Read Tamil Instantly**
ஆசிரியர்	:	முனைவர் மெய். சித்ரா
LCCN	:	2024934645
ISBN	:	979−8−9881619−0−5
முதல் பதிப்பு	:	அச்சுப்பதிப்பு 2024
நூலின் அளவு	:	8.500" x 11.000" (280mm x 216mm)
எழுத்துருக் குடும்பம்	:	தமிழ் இணையக் கழகம் TAU மருதம்
எழுத்துரு அளவு	:	14
படங்கள்	:	மைக்ரோசாட்
விலை	:	$ 15.00
பதிப்புரிமை	:	Tamil Unlimitd LLC
		10 Maybelle court, Mechanicsburg, PA, 17050.
		tamilunltd@gmail.com | admin@tamilcomputingjournal.org
		+17177283999 | +17178025889
அச்சிட்டோர்	:	IngramSparks USA

முகவுரை

தமிழை முதன் முதலாகக் கற்றல், உடனடியாகத் தமிழை வாசித்தல், தமிழ் மொழியை வேகமாகவும் சரளமாகவும் வாசித்தல் ஆகிய மூன்று முக்கியத் திறன்களுக்கானக் கருவியாய் இந்நூல் அமைந்துள்ளது. மாணவர்கள் இத்திறமைகளை எளிதாக அடையும் வகையில் பாடங்களும் பயிற்சிகளும் அமைக்கப்பட்டுள்ளன.

இந்நூலை வகுப்பறை வளமாகப் பயன்படுத்தும்போது, கல்வியாண்டின் இரண்டு பருவங்களுக்கேற்றபடி பிரித்துப் பயன்படுத்த இயலும். தமிழாசியர்களின் பயன்பாட்டிற்காகவே இந்நூல், வடிவமைக்கப் பட்டிருந்தாலும் ஒவ்வொரு எழுத்துக்கும் கொடுக்கப் பட்டிருக்கும் ஒலிப்பு உச்சரிப்பு வழிகாட்டி சுயமாகவும் தமிழைக் கற்க உதவி செய்கிறது. ஒவ்வொரு பாடத்தின் பின்புறத்திலும் உள்ள பயிற்சிகள் கற்பவரின் மொழித்திறனின் மதிப்பாய்வுக்கும் மதிப்பீட்டிற்கும் உதவியாக இருக்கும். இந்த நூலின் எளிமையான கற்பித்தல் முறை, மொழியை கற்போருக்கு, தமிழ் எழுத்துக்களின் அடிப்படையை வலுப்படுத்துகிறது. இந்நூலின் ஆசிரியர் இந்தப் பயிற்சியை பல வயதினருக்கும் பிற மொழி பயின்றோருக்கும் அளித்து அதன் பயனைக் கண்டுள்ளார்.

*இந்நூல் வழக்கமான சமஸ்கிருத எழுத்துக்களை உள்ளடக்கவில்லை.

Introduction

In this book, the learner learns Tamil as a new language, reads Tamil instantly, and increases reading speed and fluency. When using this book in a classroom setting, the lessons can be used for two terms. Though the book is meant to be used by a teacher, the phonetic pronunciation guide for each letter, makes it an excellent tool for self learners too. The exercises at the back of each lesson work as a review and assessment. This book helps language learners to build a strong foundation of Tamil letters.The author has imparted this training for people of various ages and different languages with exemplary success.This book does not cover Sanskrit letters.

முனைவர் மெய். சித்ரா

Dr. Mei. Chitra
Email : chitra.publications@gmail.com
Whatsapp : (852) 97470994
Ph   :+91 9972433300

முனைவர் மெய். சித்ரா கணிப்பொறி துறையில் முனைவர் பட்டம் பெற்றவர். செய்யும் தொழில் வேறாய் இருந்தாலும், தாய் மொழியின் முக்கியத்துவத்தை இன்றைய தலைமுறைக்கு எடுத்துச் செல்லும் ஒரு முன்னோடியாக இவர் திகழ்கிறார். தமிழ் மொழியைத் திருத்தமாய் பேசவும், வாசிக்கவும் பயிற்சி கொடுத்து வருகிறார். தமிழின் பால் இவர் கொண்ட அன்பினாலும் அக்கறையினாலும் பதினைந்திற்கும் மேற்பட்ட தமிழ் நூல்களை இவர் வெளியிட்டுள்ளார்.

இவரது 25 ஆண்டுகள் ஆங்காங் வாழ்க்கையில் குழந்தைகள் கலைக் குழு மற்றும் தமிழ்ப் பண்பாட்டு இயக்கம் வழியாய் குழந்தைகளுக்கு தமிழ் மொழி, தமிழரின் பண்டைய வரலாறு ஆகியவற்றைக் கற்பித்து வருகிறார். குழந்தைகளுக்கு நாடகங்கள் வழியாய் தமிழைத் திருத்தமாய் பேசவும் பயிற்சிக் கொடுத்திருக்கிறார். இவரது இத்தனை ஆண்டுகால உழைப்பு அடுத்த தலைமுறை தமிழர்களுக்கு உதவிகரமாக இருக்கும்.

Dr. Mei Chitra holds a Ph.D. in computing, She is a pioneer in taking the importance of her native language, the Tamil to the present generation. As a result of her love for Tamil, she has published more than fifteen books in Tamil. Through the Children's Cultural Group and the Tamil Heritage Movement, she taught the Tamil language and its ancient history to Hong Kong Tamil children during her twenty–year residency in Hong Kong. She has been teaching children to easily speak Tamil with clarity, using theatrical performances. Moreover, her experience will have significant impact on the next generation of the Tamil diaspora.

குழந்தைகள் கலைக் குழு ஆங்காங்

பிராந்திய கலாச்சாரங்கள், மொழிகள், இலக்கியம், பாரம்பரியங்கள், நாட்டுப்புற பாடல்கள், கலைகள், உணவு, உடை போன்றவற்றை அறிமுகப்படுத்தி, பாதுகாக்கும் பொருட்டு, 2000 ஆம் ஆண்டில், ஆங்காங்கின் குழந்தைகள் கலைக் குழு (CCG) தொடங்கப்பட்டது. நாடகம், நடனம், பேச்சு, வினாடி வினா, கலை மற்றும் கைவினை அமர்வுகள், பல்வேறு போட்டிகள், இந்திய பாரம்பரிய பண்டிகைகளின் கொண்டாட்டம், மொழி வகுப்புகளை நடத்துதல், வானொலி நிகழ்ச்சிகளைத் தயாரித்தல், பாரம்பரிய விளையாட்டுகளை அறிமுகப்படுத்தும் நிகழ்வுகளை நடத்துதல், ஆகிய பல்வேறு செயல்பாடுகளைப் புலம் பெயர்ந்த இந்திய, தமிழ் குழந்தைகளின் மத்தியில், இருபது ஆண்டுகளுக்கும் மேலாக நடத்தி குழு தன் பணியைச் செவ்வனே செய்து வருகிறது.

கூடுதலாக, இக்குழுவின் (CCG) மற்றொரு பிரிவாக, தமிழ்ப் பண்பாட்டு இயக்கம் ஒன்றை செயல் படுத்தியது. போற்றத்தக்க தமிழ் மொழியின் வரலாற்றை இளைய தலைமுறையினருக்கு அறிமுகப்படுத்தும் பட்டறைகளையும் வெளிநாட்டு குழந்தைகளுக்கும், தமிழரல்லாதவர்களுக்கும் தமிழ் மொழி வகுப்புகளை ஏற்பாடு செய்வதிலும், இவ்வியக்கம் கவனம் செலுத்துகிறது. சீன மற்றும் பன்னாட்டுப் பள்ளிகளில் ஊடாடும் குழாம் அமைத்து, அக்குழுவின் லான்டாவ் ரோட்டரி சமூகப் படைப் பிரிவின் மூலமும் சேவைகள் வழங்கப்படுகின்றன.

Children Cultural Group of Hong Kong

Children's Cultural Group (CCG) of Hong Kong was started in 2000 to introduce and preserve regional cultures, languages, literature, traditions, folk songs, arts, food, dress, etc. Among expat Indian and Tamil children. This mission was achieved through two decades of organizing drama, dance, speech, quizzes, arts & crafts sessions, various competitions, celebrating Indian traditional festivals, conducting language classes, producing radio programs, conducting events and introducing traditional games.

In addition, through its other wing, the Tamil Heritage Movement, the CCG organized Tamil classes and workshops. This was to introduce the prestigious Tamil history to the younger generation, overseas children, non–Tamils. Services are rendered through its Lantau Rotary Community Corps wing by setting up Interact Clubs in Chinese and International schools.

பாடத்திட்ட யோசனைகள்
Lesson planning ideas

அறிமுகம்

தமிழ் எழுத்துக்களை முதன்முதலில் கற்பவர்களுக்கு இந்நூல் பயன்படும். இந்நூலில் பதினேழு பாடங்கள் உள்ளன. முதல் முறையாகத் தமிழ் மொழியைக் கற்பவர்களுக்கு ஒரு பாடத்தை இரண்டு நாட்களுக்கும், மற்றவர்களுக்கு அவரது கற்றல் வேகத்திற்கு ஏற்பவும் கற்பிக்கலாம். ஒவ்வொரு பாடத்தின் முடிவிலும் கற்பவர்கள் தாங்கள் கற்றுக்கொண்டதை நடைமுறைப்படுத்த உதவும் பயிற்சிகளையும் இந்தப் புத்தகம் வழங்குகிறது. கூடுதலாக, கற்பவர்கள் எழுத்துக்களைச் சரியாக உச்சரிக்க உதவும் மொழிபெயர்ப்பிலான உச்சரிப்பும் இதில் அடங்கும். கற்பவர்கள் சில எழுத்துக்களை அவற்றின் பெயர்களை ஒலிகளுடன் தொடர்புப் படுத்துவார்கள். அவர்களின் சித்திரச் சொல்வளம் வளரும். அடிப்படை ஒலியியல் மற்றும் சொல்லகராதி திறன்களும் உருவாக்கப்படும். இரண்டு அல்லது அதற்கு மேற்பட்ட சொற்கள் ஒரே ஒலியுடன் தொடங்கும்போது அடுக்குச் சொற்களையும் அவற்றை உச்சரிக்கவும் கற்றுக் கொள்வார்கள். இந்த கற்றல் திறன்கள் தமிழ் எழுத்து வடிவங்களின் அடிப்படை அம்சங்களை அடையாளம் காண உதவுகின்றன. இந்த திறனின் விளைவாக, பேசும் சொற்கள், எழுத்துக்கள் மற்றும் உச்சரிப்புகளைப் புரிந்துகொள்ள முடியும்.

இச்சொற்களைப் பயன்படுத்தி கற்பவர் அசை அறிவை அதிகரிக்க முடியும். மூன்று ஒலிப்பு சொற்களில் ஆரம்ப, இடைநிலை உயிரெழுத்து மற்றும் இறுதி ஒலிப்புகளை (ஒலிப்புகள்) தனிமைப்படுத்தி உச்சரிக்கவும் பயிற்சி கொடுக்க இயலும். ஆரம்ப, நடுத்தர மற்றும் இறுதி ஒலிகளை அடையாளம் காணும்போது மாணவர்கள் வாசிப்பில் சிறந்து விளங்குவார்கள். சொற்களில் உள்ள அசை ஓசையைப் பயன்படுத்தி நேரசை நிரையசை என்று பிரிக்கவும் அசையின் அலகுகளை எளிதாகக் கற்பிக்கவும் கல்வியாளர்கள் பயன்படுத்தக்கூடிய சொற்கள் புத்தகத்தில் உள்ளன. இந்த புத்தகங்களில் உள்ள சொற்கள் மொழி அறிவிற்கு சாரக்கட்டுகளாக அமைகின்றன. தமிழ் எழுத்துக்களும் அவற்றின் உச்சரிப்புகளும் குழந்தைகளுக்கு ஏற்கனவே தெரிந்த முறையின் மேல் படிப்படியாக உருவாக்கப்பட்டுள்ளன. கலாச்சாரம் அறிவை இணைக்கவும், கலாச்சார கதாபாத்திரங்களைத் தெரிந்து கொள்ளவும் நூலில் உள்ள சொற்கள் உதவும். மாணவர்கள் வெவ்வேறு நீள வாக்கியங்களையும் இலக்கண கட்டமைப்புகளையும் பாடங்களின் பயிற்சிப் பகுதியில் தெரிந்து கொள்ளலாம்.

Introduction

This book will be useful for the first learners of the Tamil alphabet. There are seventeen lessons. For first time learners, one lesson can be taught for two days and for others according to his/her learning pace. The book also provides exercises at the end of each lesson to help learners practice what they have learned. Additionally, it includes translation pronunciation to help learners pronounce the alphabet correctly. Learners will associate some letters with their names and sounds. Their sight word vocabulary will grow. A basic phonics and vocabulary skills will also be developed. They'll learn how to recognize rhyming words and alliteration when two or more words begin with the same sound. These learning abilities help to identify basic features of printed letters. As a result of this ability, it is possible to understand spoken words, syllables, and pronunciations. Using these words the learner can increase syllable knowledge, isolate and pronounce the initial, medial vowel, and final sounds (phonemes) in the three–phoneme words. Students will get better at reading when they recognize the initial, medial, and final sounds. The book contains words that, educators can use to teach counting, blending, segmenting, and blending the onsets and rhymes of single–syllable words. The words in these books are scaffolded. Letters and pronunciations are built on what the children already know.The words also will help them connect culture, characters and knowledge. Students get to practice different sentence lengths and grammar structures with practice exercises.

உச்சரிப்பு

நூல் முழுவதிலும் உச்சரிப்பு வித்தியாசப்படும் எழுத்துக்கள் தடித்துக் கொடுக்கப்பட்டுள்ளன. அழுந்த கூறும் உச்சரிப்புகளும் தடித்த எழுத்துக்களால் தான் காட்டப்பட்டுள்ளன. ஆசிரியர்கள் அதைக் கவனத்தில் கொண்டு நடத்தினால், மாணவர்களின் உச்சரிப்பைச் சரி செய்வது எளிது. ழ, ல, ள எழுத்துகளின் உச்சரிப்பு, ந, ண, ன எழுத்துகளின் உச்சரிப்பு ர, ற எழுத்துகளின் உச்சரிப்பு ஆகிய மூன்று வகை உச்சரிப்புகளிலும், கவனம் செலுத்துவது நலம்.

சில எழுத்துக்களை உச்சரிக்கும் போது உச்சரிப்போடு சேர்ந்து காற்று ஒலி எழுப்பாமல் வரும், சில இடங்களில் எழுத்தின் உச்சரிப்போடு காற்று ஒரு துணை ஒலியை உண்டாக்கி வரும். தமிழ் மொழி உச்சரிப்பில் இப்படி சில வேறுபாடுகள் வருவதுண்டு. நுனிநாப் பல்லின மெய்கள் மெல்லண்ண மெய்கள் சில இடங்களில் உச்சரிக்கப்படும் போது துணை ஒலி தெளிவாகக் கேட்கும்.இவற்றைக் கூர்ந்து கவனித்தல் அவசியம்.

முதலாவது பாடத்தில் ட என்ற எழுத்திற்கும் இரண்டாவது பாடத்தில் பா, ப ஆகிய இரு எழுத்துக்களும் மூன்றாவது பாடத்தில் க, ட,பா, தா எழுத்துக்களும்,நான்காவது பாடத்தில் க, ட, த டா,

தா, ஆகிய எழுத்துக்களும் ஐந்தாவது பாடத்தில் ட, த, கா, தா ஆகியவையும், ஆறாவது பாடத்தில் ட,ச எழுத்துக்களும் ஏழாவது பாடத்தில் க, த, ட எழுத்துக்களும்,எட்டாவது பாடத்தில் டி, தி,பி எழுத்துக்களும் ஒன்பதாவது பாடத்தில் ப, கி, தி டீ ணீ ஆகியவையும் வேறுபட்ட உச்சரிப்புக்களைக் கொண்டுள்ளன. இந்த ஒலி உச்சரிப்பு வேறுபாட்டுகளை வித்தியாசமான எழுத்துருக்கள் காட்டுகின்றன.

Pronunciations

Throughout the book the pronunciation difference is marked in bold letters. When the teachers take the pronunciation into consideration, it will be easier to correct the pronunciation of the students. Pronunciation of the letters ழ, ல, ள pronunciation of the letters ந, ண, ன and the letters ர, ற is important. It is better to pay attention to all the three types of pronunciations from the start.

Paying attention to voiced or unvoiced retroflex sounds with aspirated or unaspirated pronunciations will help with these differentenunciations. In Lesson one, the letter ட in Lesson two, the letters பா,and ப, in the third lesson, the letters க, ட,பா, தா in the fourth lesson the letters க, ட, த டா, தா, in the fifth lesson the ட, த, கா, தா The letters ட, சin sixth lesson, in lesson seven க, த, ட in Lesson eight, டி, தி,பி and finally in lesson nine letters ப, கி, தி டீ ணீ all have notable difference in their pronunciations.

<u>பாடம் 1–6</u>

1–6 பாடங்கள் வரை மெய் எழுத்துக்களும், உயிர்மெய் எழுத்துக்களின் முதல் இரண்டு வரிசைகளும் கற்பிக்கப்படுகின்றன. முதல் பக்கத்தில் உள்ள படங்களை வைத்து இவ்வெழுத்துக்களை அறிமுகப்படுத்தலாம். பிறகு பாடத்தில் கொடுக்கப்பட்டுள்ள எழுத்துக்களின் உச்சரிப்புடன் பாடத்தைத் தொடர வேண்டும். எழுத்துக்களின் உச்சரிப்போடு மெய்யெழுத்து, குறில், நெடில் ஆகிய இலக்கண விதிகளை அறிமுகப்படுத்தல் வேண்டும். இலக்கண விதிகளை முதலில் இருந்தே பயிற்றுவிப்பது மாணவர்களின் மொழித் திறனுக்குச் சிறந்த ஒரு அடிப்படையாகும்.

Lessons 1–6 are taught with consonants and the first two rows of Uyirmie letters(combined vowel consonant lettter forms). These letters can be introduced from the pictures on the first page. Then continue the lesson with the pronunciation of the letters given in the lesson. Along with the pronunciation of letters, grammatical rules such as consonant, kuril and nedil should be introduced. Teaching the rules of grammar right from the beginning is a good basis for the language proficiency of the students.

படித்தல்

எழுத்துக்களின் அறிமுகத்திற்குப் பிறகு மாணவர்களை அந்த எழுத்துக்களைக் கூட்டிப் படிக்கச் சொல்லுதல் வேண்டும். ஆசிரியரே அதைப் படித்துக் காட்டும் முறையைத் தவிர்க்க வேண்டும். ஒவ்வொரு மாணவரையும், ஒரு வரியைப் படிக்கச் சொல்லி, அனைத்து மாணவர்களையும், கவனமாய் கேட்க வைத்தல் அவசியம். அனைத்து மாணவர்களும் படித்து முடிக்கும் வரை, மற்ற மாணவர்கள் அந்த வரிகளையேத் திரும்பத் திரும்பப் படிக்கலாம். நேரம் இருப்பின் அனைத்து மாணவர்களையும், இரு முறை சொற்களைப் படிக்கச் செய்யலாம். சொற்களைப் படிக்கும் போது, பொருள் தெரிந்து படித்தால், அவர்கள் படிக்கும் வேகம் குறையும் என்பதால். பொருளை உணர்ந்து வாசிக்க வேண்டிய அவசியம் இல்லை. வாசிக்கும் வேகத்தை அதிகப்படுத்துவதே இப்பாடங்களின் நோக்கமாகும். வேகமான வாசிப்பு மாணவர்களுக்கு தன்னம்பிக்கையைத் தரும். எழுத்துக்களையும் சொற்களையும் ஆசிரியர் பலகையில் எழுதி, வகுப்பில் மாணவர்களைப் படிக்கச் செய்யலாம். அவர்களை வீட்டிலும் பயிற்சி எடுக்கும் படியும் கூறலாம்.

After the introduction of the letters, the students should be asked to combine the sounds to read. The teacher should avoid reading it. Each student should be asked to read a line and all the students should be made to listen attentively. All students can read the lines over and over until all the students have finished reading them all. If time permits the students can also be asked to read the words twice. If they try to understand the words, their reading speed might decrease. Speed reading increases the student's confidence in their language skills. The teacher can write the letters and words on the board and ask the students read in the class and to practice at home.

எழுதுதல்

எழுத்துக்களைச் சரியான முறையில் எழுதச் செய்தல் வேண்டும். எழுத்துக்கள் எழுதப்பட்ட பின், அவற்றை ஆசிரியர் சொல்ல, சொல்ல மாணவர்கள் அதைப் பலகையில் எழுதிப் பழக வேண்டும்.

Write the letters correctly and after writing the letters the teacher dictates them for the students to write them on the board for practice.

பயிற்சி

பயிற்சி பகுதியில், பொதுவாய் படங்களைப் பொருத்துதல், சொல் விளையாட்டு, சொற்றொடர்களைப் படித்துப் பழகுதல் ஆகியவை தரப் பட்டுள்ளன. மாணவர்களை இப்பயிற்சிகளைத் தனியராகச் செய்யச் சொல்லலாம். மேலும் சொற்றொடர்களைப் படித்துப் பழகுதல் பகுதியில் தரப்பட்டுள்ள சொற்றொடர்களை,அனைத்து மாணவர்களின் கவனத்தை ஈர்க்கும் படி, ஒரு சொற்றொடரை, ஒரு

மாணவரை வாசிக்கச் சொல்லி மற்றவர்களைக் கேட்க வைக்கலாம். அடுத்த பாடத்திற்குச் செல்லும் முன்னர், அதற்கு முந்தைய பாடத்தில் உள்ள சொற்களை மாணவர்களுக்குச் சொல்லி எழுத வைக்கலாம். அவர்களது எழுத்துக்களை அறியும் திறனை அறிய இது வழி வகுக்கும்.

In the exercise part, the lessons generally include matching pictures, word games, and practice reading phrases. Students can be asked to do these exercises on their own. Furthermore, One student can read the phrase given in the Practice of Reading Phrases section out loud to for all the students to listen. Before proceeding to the next lesson, the students can be asked to write down the words from the previous lesson to learn the letters.

கற்றலின் சாரக்கட்டு முறைமையைப் பயன்படுத்தி ஒரு மாதிரி பாடத் திட்டம் பாடம் 7 வரை கொடுக்கப்பட்டுள்ளது. எழுத்து உருவாக்கம், உச்சரிப்பு, இலக்கணச் சொற்கள் ஆகியவற்றில் உள்ள சாரக்கட்டு முறைமையைக் கவனிக்கவும்.

A sample lesson plan using the scaffolding method is given below for up to lesson 7 below. Observe the scaffolding methods in letter formation, pronunciation and grammatical t

Week 1	
Lessons	Lesson 1
Letters	ட், ப், ம், ட, ப, ம, டா, பா, மா

Concept Map			
படங்களைக் காட்டி எழுத்து வடிவங்களையும் உச்சரிப்பையும் அறிமுகம் செய்து சொற்களை வாசிக்க வைத்தல். Show the picture to introduce the letters and teach the pronunciation.			
Key learning(s)	**Essential Reading**	**Optional instruction**	
உச்சரிப்பு, எழுத்தின் வடிவம், இலக்கணம். Pronunciation, shape of the letters, grammar.	கொடுக்கப்பட்ட சொற்களை தடையின்றி வாசித்தல். Read the given words without hesitation.	உயிர், மெய், உயிர்மெய் எழுத்துக்களை அடையாளம் காட்டுதல், ஒற்று நெடில், குறில் போன்ற விதிகளை அறிமுகப்படுத்துதல். Introduce vowels, consonants, uyir meiy, ottRru, kuRril, nedill.	
Reading	**Pronunciation**	**Writing**	**Practice**
படங்களை அறிமுகப்படுத்துதல். Introduce the pictures.	எழுத்துக்களை அறிமுகப்படுத்துதல். Introduce the letters.	எழுத்துக்களை எழுதச் செய்தல். Writing the letters	வாசித்தல், எழுதுதல், பயிற்சிகளைச் செய்தல். Reading,writing and other practice.
Essential question #1	**Essential question #2**	**Essential question #3**	**Essential question #4**
Did the student learn to read the words?	What are the words with different pronunciation?	How many new sentences the student can orally make from the lesson words?	How may words that students can write on their own?
Add additional information to accommodate the individual needs of the student			

Week 2	
Lessons	Lesson 1,2
Letters	ட், ப், ம், ய், ர், ழ், ட, ப, ம, ய, ர, ழ, டா, பா,மா,யா, ரா, ழா

Concept Map

படங்களைக் காட்டி எழுத்து வடிவங்களையும் உச்சரிப்பையும் அறிமுகம் செய்து சொற்களை வாசிக்க வைத்தல்.
Show the picture to introduce the letters and teach the pronunciation.

Key learning(s)	Essential Reading	Optional instruction	
Lesson 2 உச்சரிப்பு, எழுத்தின் வடிவம் இலக்கணம். Pronunciation, shape of the letters, grammar.	Lesson 2 கொடுக்கப்பட்ட சொற்களை தடையின்றி வாசித்தல்Read the given words without hesitation	Lesson 2 உயிர், மெய், உயிர்மெய் எழுத்துக்களை அடையாளம் காட்டுதல், ஒற்று நெடில், குறில் போன்ற விதிகளை அறிமுகப்படுத்துதல்Introduce vowels, consonants, uyir meiy, ottRru, kuRril, nedill	

Reading	Pronunciation	Writing	Practice
Lesson 1 படச் சொற்களை எழுதுதல். Writing the picture words. Lesson 2 படங்களை அறிமுகப்படுத்துதல். Introduce the pictures	Lesson 1 சொற்களைச் சொல்லி எழுத வைத்தல். Dictate the words.Lesson 2 எழுத்துக்களை அறிமுகப்படுத்துதல். Introduce the letters.	Lesson 1 & 2 எழுத்துக்களை எழுதச் செய்தல். Writing the letters.	Lesson 1 & 2 வாசித்தல், எழுதுதல், பயிற்சிகளைச் செய்தல். Reading,writing and other practice.

Essential question #1	Essential question #2	Essential question #3	Essential question #4
Did the student learn to read the words? Can they make new words?	What are the words with different pronunciation? Can they listen to pronunciation to write them?	How many new sentences the student can orally make from the lesson words? Check the ability to identify the different pronunciations?	How may words that students can write on their own? Check the ability separate grammatical terms from given words.

Add additional information to accommodate the individual needs of the student

பாடம் 7

இந்தப் பாடத்தில் உயிர்+மெய்=உயிர்மெய் எழுத்து என்பதை அவர்கள் மனதில் பதிய வைக்கும் வகையில் பலகையில் எழுத்துக்களின் வரிசையை எழுதி, புரிய வைப்பதற்கான பயிற்சி, இப்பாடத்திலிருந்து தொடங்கும்.இப்பாடத்தைத் தொடங்கும் முன்னர், பதினெட்டு மாணவர்கள் இதுவரைக் கற்ற உயிர்மெய் எழுத்துக்களை எடுத்துக் கூறி, அதை வரிசைப்படுத்தி மாணவர்களை மனனம் செய்ய வைக்க வேண்டும். அடுத்து வரும் வகுப்புகளில், மாணவர்கள் அனைவரையும் எழுத்துக்களைத் திரும்பத் திரும்ப வரிசையாய் சொல்ல வைத்தால், அடுத்த இரண்டு வகுப்புகளில் அவர்களுக்கு, உயிர் மெய் எழுத்துக்களின் வரிசை பிடிபட்டு விடும். முந்தைய பாடங்களில் கடைப்பிடித்த படித்தல், எழுதுதல், பயிற்சி முறைகளைத் தொடரலாம். இந்தப் பாடத்தில், சொல் இலக்கணத்தின் அடிப்படைகளைக் கற்பிக்க ஆரம்பிக்கலாம். ஆண்பால், பெண்பால், பலர்பால் என்பவற்றை எடுத்துக் கூறலாம். அப்போது உயர் திணை அஃறினை பற்றியும் சிறு விளக்கம் தரலாம். அதற்கு வசதியாகப் பயிற்சியில் உள்ள வாக்கியங்கள் அமைக்கப்பட்டுள்ளன.

Before starting this lesson, the students should be made to memorizethe 18 consonants by arranging them in sequence. In the next classes, if all the students are made to repeat the letters in sequence, within the next two classes, they will be able to catch the sequence of vowel consonants. Continue writing, practice methods. In this lesson, practice writing the sequence of letters on the board and making the learners understand the vowel + consonant combinations. Iyurmeiy letters will start in this lesson. In this lesson you will begin to teach the basics of vocabulary, masculine, feminine and polysexual. nouns. The teachers can give a brief explanation of the human non–human nouns. The sentences in the exercise are arranged to facilitate this.

பாடம் 8–17

படித்தல்

முதல் பக்கத்தில் இருக்கும் படங்களுக்கான சொற்களை ஆசிரியர் எடுத்துக் கூறலாம். உயிர்மெய் எழுத்து வரிசையை மாணவர்களுக்கு வாய் வழி முதலில் சொல்ல வேண்டும். பிறகு அதை எழுத வைக்க வேண்டும். இதற்குப் பின், ஒரு வரிக்கு ஒரு மாணவர் வீதம், பாடத்தில் இருக்கும் அனைத்துச் சொற்களையும் படிக்க வகுப்பில் உள்ள மாணவர்கள் அனைவரையும் வாசிக்க வைக்க வேண்டும் சொற்களின் பொருளை விளக்கிக் கூறுவதைத் தவிர்ப்பதால் மாணவர்களின் வாசிப்பின் வேகம் குறையாமல் இருக்கும்.

The teacher can quote words for pictures on the first page. The vowel sequence should be first orally told to the students. Then the students must write it down. After this, all the students in the class should be made to read all the words in the lesson one per line.

Avoid explaining the meaning of the words so that the speed of reading does not slow down.

எழுதுதல்

ஒரே வரியில் ஆறு எழுத்துக்கள் என்று மாணவர்களை எழுதப் பயிற்சி அளித்தல் நலம். அவர்கள் எழுத்துக்களை விடுபடாமல் எழுத இப்பயிற்சி உதவும்.

Students should be trained to write six letters in a single line. This exercise will help them to write without missing the letters.

பயிற்சி

மாணவர்களின் வாசிப்புத் திறனை அதிகரிக்கவும், எழுத்தினை நன்கு புரிந்து கொள்ளவும் பலவிதமான பயிற்சிகள் தரப்பட்டுள்ளது. சில பாடப் பயிற்சிகளில் தந்துள்ள படி, ஆசிரியர் பல சொல் விளையாட்டுகளை உருவாக்கி வகுப்பில் மாணவர்களைப் பலகையில் வந்து எழுதச் சொல்லலாம்.இந்தப் பாடங்களிலும், அடுத்த பாடத்திற்குச் செல்லும் முன்னர், அதற்கு முந்தைய பாடத்தில் உள்ள சொற்களை மாணவர்களுக்குச் சொல்லி எழுத வைக்கலாம். அவர்களது எழுத்துக்களை அறியும் திறனை அறிய இது வழிவகுக்கும். பாடம் 10-17 முதல் எளிய தமிழ்ப் பாடல்களான ஆத்திச்சூடியும் திருக்குறளும் வாசிப்பதற்காக அறிமுகப்படுத்தப்படுகின்றன.

Various exercises help improve the reading skills of the students and to improve the understanding of writing, Using these exercises as sample, the teacher can create a number of word games and ask the students to come and write on the board. Students can also write the words from the previous lessons. This will lead to their ability to know their writings. From Lesson 10-17 simple Tamil songs Aathichudi and Thirukkural are introduced for reading.

பாடம் 10-17

இப்பாடங்களில் திருக்குறள் ஒரு அறிமுகமாகக் கொடுக்கப்பட்டு இருந்தாலும், குழந்தைகள் அந்தந்தப் பாடங்களில் கற்றுக் கொண்ட எழுத்து வடிவத்தையும் உச்சரிப்பையும் அடையாளம் காட்டும் ஒரு கருவியாகவும் ஆசிரியர்கள் திருக்குறள்களையும் இதரப் பாடல்களையும் பயன்படுத்தலாம். இதற்கு உதவும் வண்ணம் எழுத்துக்கள் தடிமனாகக் காட்டப்பட்டுள்ளன. வகுப்பில் மாணவர்களுக்குப் பாடல்களை (தமிழ்த்தாய் வாழ்த்து, ஆத்திச்சூடி, திருக்குறள், கொன்றைவேந்தன்,பாரதி பாடல்கள்) வாய் மொழியாய் கற்பிக்கலாம். இதர செயல் திறன்களை வளர்க்கும் வண்ணம் பயிற்சிகளை அளிக்கலாம். கதைகளைக் கூற வைக்கலாம். ஒரு பொருளைப் பற்றி பேச வைக்கலாம்.

You can continue teaching like this every week. Though Thirukkural is given as an introduction in these lessons, teachers can also use Thirukkural and other songs as a tool to identify the written form and pronunciation that the children have learnt in their respective subjects. Some songs (Tamil Anthem, Athi choodi, Thirukkural, Kondrai vendan, Bharathi Songs) can be taught orally. Training can be given to develop other skills. Stories can be told. Let's talk about a subject.You can continue teaching like this every week. After the students learn to read words clearly and quickly, a dictionary list is given at the end of the book for their understanding and convenience.

Week	
Lessons	
Letters	

Concept Map			
Key learning(s)	Essential Reading	Optional instruction	
Reading	Pronunciation	Writing	Practice
Essential question #1	Essential question #2	Essential question #3	Essential question #4
Add additional information to accommodate the individual needs of the student			

பாடத்திட்ட
யோசனைகள்

பாடம் 1

1. கற்க வேண்டிய எழுத்துகள்:

ட் (it)	ப் (ip)	ம் (im)
ட (ta)	ப (pa)	ம (ma)
டா (taa)	பா (paa)	மா (maa)

ட் ப் ம்

ட ப ம

டா பா மா

2. பட அகராதி:

டப்பா

டாடா

பாப்பா

படம்

மடம்

மாமா

3. வாசித்துப் பழகுக:

பட பட	மட மட	டம டம
பட் பட்	டம் டம்	பாம் பாம்
டா டா	பாபா	மாமா
பாப்பா	டப்பா	
பட்டம்	மட்டம்	பாட்டம்
படம்	மடம்	
பாடம்	மாடம்	

பயிற்சி 1

1. <u>கோடிட்டுப் பொருத்துக:</u>

 ●   ● டப்பா

 ●   ● மடம்

 ●   ● படம்

 ●   ● பாப்பா

 ●   ● மாமா

 ●   ● டாடா

2. <u>எழுத்துக்களைச் சேர்த்து சொற்களை எழுதுக:</u>

பா	ம	ட்
ப	மா	ட
ம்	டா	ப்

1. _____

2. _____

3. _____

4. _____

5. _____

பாடம் 2

1. கற்க வேண்டிய எழுத்துகள்:

ட் (it)	ப் (ip)	ம் (im)	ய் (iy)	ர் (ir)	ழ் (izhl)
ட (ta)	ப (pa)	ம (ma)	ய (ya)	ர (ra)	ழ (izhla)
டா (taa)	பா (paa)	மா (maa)	யா (yaa)	ரா (raa)	ழா (izhlaa)

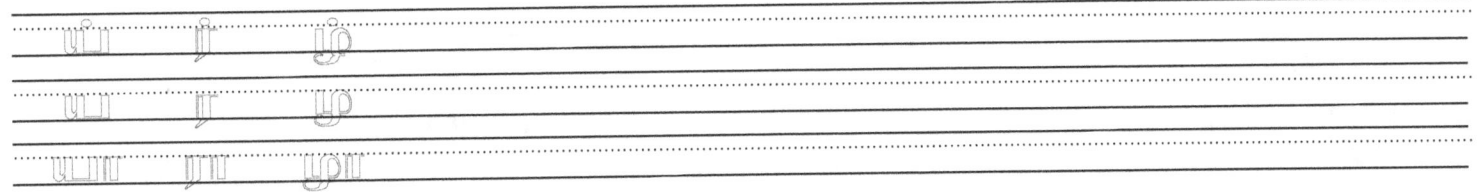

ய் ர் ழ்

ய ர ழ

யா ரா ழா

2. பட அகராதி:

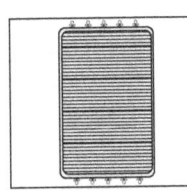

பயம்

பழம்

பாய்

மரம்

மாமரம்

ரம்பம்

3. வாசித்துப் பழகுக:

மழ மழ	பர பர
யார்	பார்
பாழ்	யாழ்
பழம்	மரம்
பயம்	மாயம்
பாய்	பம்பரம்
மாம்பழம்	மாமரம்
பாரம்	ரம்பம்

பயிற்சி 2

1. <u>கோடிட்டுப் பொருத்துக:</u>

 •

 •

 •

 •

 •

 •

• பாய்

• பயம்

• மரம்

• ரம்பம்

• பழம்

• மாமரம்

2. <u>வாக்கியங்களைப் படித்துப் பழகுக:</u>

1. யார் படம்?
2. யார் பட்டம்?
3. யாழ் பார்.
4. பம்பரம் பார்.
5. பாப்பா, மரம் பார்.

பாடம் 3

1. கற்க வேண்டிய எழுத்துகள்:

ட் (it)	ப் (ip)	ம் (im)	ய (iy)	ர் (ir)	ழ் (izhl)	க் (ik)	ச் (ich)	த் (ith)
டா (taa)	பா (paa)	மா (maa)	யா (yaa)	ரா (raa)	ழா (zhlaa)	கா (kaa)	சா (chaa)	தா (thaa)

க் ச் த்

க ச த

கா சா தா

2. பட அகராதி:

கடம்

காகம்

சக்கரம்

சாரம்

தச்சர்

தாத்தா

3. வாசித்துப் பழகுக:

கட கட	சட சட	தட தட
கம கம	கப கப	தப தப
கர கர	சர சர	தர தர
கத கத	மத மத	தழ தழ
கரம்	சரம்	தரம்
காரம்	சாரம்	தாரம்
காய்	சாய்	தாய்
கார்	சார்	தார்
சாய	சார	தாழ
சதம்	பதம்	மதம்
கதர்	பதர்	தகர்

4. கற்க வேண்டிய எழுத்துகள்:

ட்(it)	ப்(ip)	ம்(im)	ய்(iy)	ர்(ir)	ழ்(izhl)	க்(ik)	ச்(ich)	த்(ith)
ட(ta)	ப(pa)	ம(ma)	ய(ya)	ர(ra)	ழ(zhla)	க(ka)	ச(cha)	த(tha)
டா(taa)	பா(paa)	மா(maa)	யா(yaa)	ரா(raa)	ழா(zhlaa)	கா(kaa)	சா(chaa)	தா(thaa)

க் ச் த்

க ச த

கா சா தா

5. வாசித்துப் பழகுக:

ரகம்	ராகம்	பாகம்
காதம்	தாகம்	தகாத
கடம்	தடம்	தகரம்
சாதம்	பாதம்	மாதம்
காயம்	சாயம்	தாயம்
தாத்தா	காயா	தாயார்
மச்சம்	தச்சர்	மக்கர்
கட்டம்	சட்டம்	சத்தம்
ரசம்	பாசம்	பாயசம்
கபம்	மகதம்	மரகதம்
காக்க	தாக்க	பார்க்க
காகம்	யாகம்	காழகம்
பக்கம்	பாக்கம்	தாக்கம்
சக்கரம்	மயக்கம்	தயக்கம்
மகாமகம்	மத்தகம்	தாமதம்

பயிற்சி 3

1. <u>கோடிட்டுப் பொருத்துக:</u>

 •

• சக்கரம்

 •

• தச்சர்

 •

• காகம்

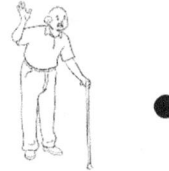 •

• சாரம்

 •

• கடம்

 •

• தாத்தா

2. <u>வாக்கியங்களைப் படித்துப் பழகுக:</u>

1. தாத்தா பக்கம் பார்த்தாயா?

2. தாத்தா படம் பார்த்தார்.

3. பாபா படம் பார்த்தாயா?

4. மாமா தாத்தா பக்கம் பார்த்தார்.

5. தாத்தா பாப்பா பக்கம் பார்த்தார்.

6. தாத்தா தச்சர் பக்கம் பார்த்தார்.

பாடம் 4

1. கற்க வேண்டிய எழுத்துகள்:

ட் (it)	ப் (ip)	ம் (im)	ய் (iy)	ர் (ir)	ழ் (izhl)	க் (ik)	ச் (ich)	த் (ith)	ங் (ing)	ந் (iNth)	ற் (iRr)
ட (ta)	ப (pa)	ம (ma)	ய (ya)	ர (ra)	ழ (zhla)	க (ka)	ச (cha)	த (tha)	ங (nga)	ந (Na)	ற (Rra)
டா (taa)	பா (paa)	மா (maa)	யா (yaa)	ரா (raa)	ழா (zhlaa)	கா (kaa)	சா (chaa)	தா (thaa)	ஙா (ngaa)	நா (Naa)	றா (Rraa)

ங் ந் ற்

ங ந ற

ஙா நா றா

2. பட அகராதி:

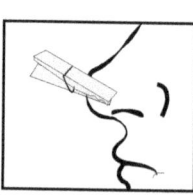

தங்கம்

தந்தம்

நகம்

நாய்

நாற்றம்

மாங்காய்

3. வாசித்துப் பழகுக:

பற	மற
நம நம	நற நற
நம்	நாம்
நாய்	நார்
நாடா	நாதா
நயம்	நடம்
நாசம்	நாதம்
கற்க	கசடற

4. கற்க வேண்டிய எழுத்துகள்:

ட் (it)	ப் (ip)	ம் (im)	ய் (iy)	ர் (ir)	ழ் (izhl)	க் (ik)	ச் (ich)	த் (ith)	ங் (ing)	ந் (iNth)	ற் (iRr)
ட (ta)	ப (pa)	ம (ma)	ய (ya)	ர (ra)	ழ (zhla)	க (ka)	ச (cha)	த (tha)	ங (nga)	ந (Na)	ற (Rra)
டா (taa)	பா (paa)	மா (maa)	யா (yaa)	ரா (raa)	ழா (zhlaa)	கா (kaa)	சா (chaa)	தா (thaa)	ஙா (ngaa)	நா (Naa)	றா (Rraa)

ங் ந் ற்

ங ந ற

ஙா நா றா

5. வாசித்துப் பழகுக:

நட்டம்	நாட்டம்	
நாமம்	நத்தம்	
நாற்றம்	மாற்றம்	
நந்தா	பந்தா	கந்தா
கந்தம்	காந்தம்	சாந்தம்
நகர்	நாகர்	நகரம்
நகம்	நாகம்	நரகம்
சங்கம்	தங்கம்	பங்கம்
தங்க	தாங்க	மாங்காய்
மாநகர்	நாடகம்	பாகற்காய்
பந்தயம்	நாரதர்	நாயகர்
கற்பகம்	தந்தார்	நகர்ந்தார்

பயிற்சி 4

1. <u>கோடிட்டுப் பொருத்துக:</u>

 ●   ● தங்கம்

 ●   ● மாங்காய்

 ●   ● தந்தம்

 ●   ● நகம்

 ●   ● நாய்

 ●   ● நாற்றம்

2. வாக்கியங்களைப் படித்துப் பழகுக:

1.   தாத்தா நகர்ந்தார்.

2.   பாய் பார்த்தாயா?

3.   மாமரம் பக்கம் நடந்தாயா?

4.   தாத்தா மாங்காய் தந்தார்.

5.   தச்சர் சக்கரம் தந்தார்.

6.   மாமா நாடகம் பார்த்தார்.

7.   நாரதர் மாம்பழம் தந்தார்.

8.   தச்சர் பம்பரம் தந்தார்.

9.   மாமா பாகற்காய் தந்தார்.

10. மாமா பம்பரம் தந்தாரா?

11. நாயகர் படம் பார்த்தார்.

12. தச்சர் மரம் பக்கம் நடந்தார்.

13. கற்பகம் மாமரம் பக்கம் நடந்தாரா?

14. தாத்தா மாமா பக்கம் நடந்தாரா?

15. மாமா நாய் பக்கம் பார்த்தார்.

பாடம் 5

1. கற்க வேண்டிய எழுத்துகள்:

ட்,ப்,ம் (it,ip,im)	**ட,ப,ம** (ta,pa,ma)	**டா,பா,மா** (taa,paa,maa)
ய்,ர்,ழ் (iy,ir,izhl)	**ய,ர,ழ** (ya,ra,zhla)	**யா,ரா,ழா** (yaa,raa,zhlaa)
க்,ச்,த் (ik,ich,ith)	**க,ச,த** (ka,cha,tha)	**கா,சா,தா** (kaa,chaa,thaa)
ங்,ந்,ற் (ing,iNth,ith)	**ங,ந,ற** (nga,Na,Rra)	**ஙா,நா,றா** (ngaa,Naa,Rraa)
ல்,வ்,ன் (il,iv,in)	**ல,வ,ன** (la,va,na)	**லா,வா,னா** (laa,vaa,naa)

ல் வ் ன்

ல வ ன

லா வா னா

2. பட அகராதி:

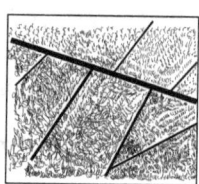

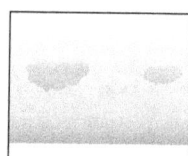

கல்

மன்னன்

நடனம்

பாலம்

வயல்

வானம்

3. வாசித்துப் பழகுக:

கல கல   கன கன

சவ சவ   சல சல

வர வர   வழ வழ

பல்   பால்

கல்   கால்

கலம்   காலம்

4. <u>கற்க வேண்டிய எழுத்துகள்:</u>

ட்,ப்,ம் (it,ip,im)	**ட,ப,ம** (ta,pa,ma)	**டா,பா,மா** (taa,paa,maa)
ய்,ர்,ழ் (iy,ir,izhl)	**ய,ர,ழ** (ya,ra,zhla)	**யா,ரா,ழா** (yaa,raa,zhlaa)
க்,ச்,த் (ik,ich,ith)	**க,ச,த** (ka,cha,tha)	**கா,சா,தா** (kaa,chaa,thaa)
ங்,ந்,ற் (ing,iNth,ith)	**ங,ந,ற** (nga,Na,Rra)	**ஙா,நா,றா** (ngaa,Naa,Rraa)
ல்,வ்,ன் (il,iv,in)	**ல,வ,ன** (la,va,na)	**லா,வா,னா** (laa,vaa,naa)

ல் வ் ன்

ல வ ன

லா வா னா

5. <u>வாசித்துப் பழகுக:</u>

மனம் மானம்
வனம் வானம்
கழல் தழல்
தவம் பாவம்
பனம் பானம்
வசம் வாசம்
வரம் வாரம்
மான் தான் நான்
வால் வாய் வாழ்
தலம் நலம் வலம்
பலம் பாலம் மாறன்
வடம் வதம் வாதம்
தனம் தானம் மாலன்
நல்ல வல்ல மல்லர்
கனம் கானம் கங்கன்

6. கற்க வேண்டிய எழுத்துகள்:

ட்,ப்,ம் (it,ip,im)	**ட,ப,ம** (ta,pa,ma)	**டா,பா,மா** (taa,paa,maa)
ய்,ர்,ழ் (iy,ir,izhl)	**ய,ர,ழ** (ya,ra,zhla)	**யா,ரா,ழா** (yaa,raa,zhlaa)
க்,ச்,த் (ik,ich,ith)	**க,ச,த** (ka,cha,tha)	**கா,சா,தா** (kaa,chaa,thaa)
ங்,ந்,ற் (ing,iNth,ith)	**ங,ந,ற** (nga,Na,Rra)	**ஙா,நா,றா** (ngaa,Naa,Rraa)
ல்,வ்,ன் (il,iv,in)	**ல,வ,ன** (la,va,na)	**லா,வா,னா** (laa,vaa,naa)

ல் வ் ன்

ல வ ன

லா வா னா

7. வாசித்துப் பழகுக:

வயல்	பயல்	கயல்
வாங்க	வாசல்	வங்கம்
வல்லம்	வத்தல்	வடகம்
சன்னல்	கன்னம்	கம்மல்
நக்கல்	தாக்கல்	மாட்டல்
நடனம்	பந்தல்	கலகம்
மன்னர்	மாந்தர்	வந்தனம்
நல்லவன்	வல்லவன்	பல்லவன்
சங்கவன்	கடலன்	காந்தன்
நந்தவனம்	பலாப்பழம்	கல்லாடன்

பயிற்சி 5

1. <u>கோடிட்டுப் பொருத்துக:</u>

 ●

● நடனம்

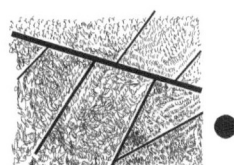 ●

● கல்

 ●

● வானம்

 ●

● பாலம்

 ●

● வயல்

 ●

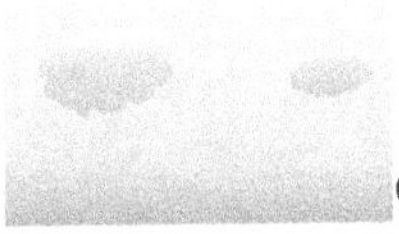

● மன்னன்

2. <u>வாக்கியங்களைப் படித்துப் பழகுக:</u>

1. பலாமரம் பார்!

2. கயல், நாடகம் பார்!

3. பலாப்பழம் பக்கம் தாத்தா பார்த்தார்.

4. மாமரம் பக்கம் நடந்தான்.

5. தங்கம் வயல் பக்கம் வந்தான்.

6. கடலன் நாடகம் பார்த்தான்.

7. பல்லவன் சன்னல் பக்கம் நடந்தான்.

8. மன்னர் மகன் யார்?

9. வயல் பக்கம் யார்?

10. கல்லாடன் நடனம் கற்றான்.

11. மல்லன் பாடம் கற்றான்.

12. பாவம் மாயன்?

13. சன்னல் பக்கம் பாலம் பார்க்கலாம்.

14. வாகனம் பார்த்தாயா?

15. வானம் பார்த்த வயல்.

பாடம் 6

1. <u>கற்க வேண்டிய எழுத்துகள்:</u>

ட்,ப்,ம் (it,ip,im)	**ட,ப,ம** (ta,pa,ma)	**டா,பா,மா** (taa,paa,maa)
ய்,ர்,ழ் (iy,ir,izhl)	**ய,ர,ழ** (ya,ra,zhla)	**யா,ரா,ழா** (yaa,raa,zhlaa)
க்,ச்,த் (ik,ich,ith)	**க,ச,த** (ka,cha,tha)	**கா,சா,தா** (kaa,chaa,thaa)
ங்,ந்,ற் (ing,iNth,ith)	**ங,ந,ற** (nga,Na,Rra)	**ஙா,நா,றா** (ngaa,Naa,Rraa)
ல்,வ்,ன் (il,iv,in)	**ல,வ,ன** (la,va,na)	**லா,வா,னா** (laa,vaa,naa)
ஞ்,ண்,ள் (inj,iNn,iLL)	**ஞ,ண,ள** (nja,Nna,LLa)	**ஞா,ணா,ளா** (njaa,Nnaa,Laa)

ஞ் ண் ள்

ஞ ண ள

ஞா ணா ளா

2. <u>பட அகராதி:</u>

கண்

காளான்

ஞாலம்

பணம்

மஞ்சம்

வாள்

3. <u>வாசித்துப் பழகுக:</u>

பள பள	தள தள	மள மள
நாள்	வாள்	தாள்
கண்	மண்	பண்
காண்	சாண்	நாண்
தாளம்	நாளம்	பாளம்
களம்	தளம்	வளம்
கணம்	பணம்	மணம்
கணல்	தணல்	மணல்
கண்டம்	தண்டம்	பண்டம்

4. கற்க வேண்டிய எழுத்துகள்:

ட்,ப்,ம் (it,ip,im)	**ட,ப,ம** (ta,pa,ma)	**டா,பா,மா** (taa,paa,maa)
ய்,ர்,ழ் (iy,ir,izhl)	**ய,ர,ழ** (ya,ra,zhla)	**யா,ரா,ழா** (yaa,raa,zhlaa)
க்,ச்,த் (ik,ich,ith)	**க,ச,த** (ka,cha,tha)	**கா,சா,தா** (kaa,chaa,thaa)
ங்,ந்,ற் (ing,iNth,ith)	**ங,ந,ற** (nga,Na,Rra)	**ஙா,நா,றா** (ngaa,Naa,Rraa)
ல்,வ்,ன் (il,iv,in)	**ல,வ,ன** (la,va,na)	**லா,வா,னா** (laa,vaa,naa)
ஞ்,ண்,ள் (inj,iNn,in)	**ஞ,ண,ள** (nja,Nna,na)	**ஞா,ணா,ளா** (njaa,Nnaa,naa)

ஞ் ண் ள்

ஞ ண ள

ஞா ணா ளா

5. வாசித்துப் பழகுக:

கரணம்	சரணம்	மரணம்
கஞ்சம்	தஞ்சம்	பஞ்சம்
வஞ்சம்	மஞ்சம்	மஞ்சள்
நண்பன்	மத்தளம்	காளான்
வண்ணம்	வணக்கம்	
ஞானம்	ஞாலம்	
ஞாபகம்	வஞ்சகம்	
கள்ளம்	பள்ளம்	
கவளம்	பவளம்	
நாட்கள்	நாங்கள்	

பயிற்சி 6

1. <u>கோடிட்டுப் பொருத்துக:</u>

 •   • பணம்

 •   • வாள்

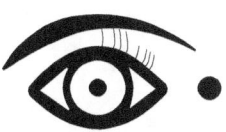 •   • மஞ்சம்

 •   • கண்

 •   • ஞாலம்

 •   • காளான்

2. எழுத்துக்களைச் சேர்த்து சொற்களை எழுதுக:

க	ப	ஞ்
ண்	ச்	ட
ம்	வ	த

1. _____
2. _____
3. _____
4. _____
5. _____

3. வாக்கியங்களைப் படித்துப் பழகுக:

1.   வணக்கம்.

2.   கண் தானம்.

3.   பரத கண்டம்.

4.   மஞ்சள் வண்ணம்.

5.   கட்டணம் பார்?

6.   பலா மரங்கள் பல.

7.   வல்லபன் நம் நண்பன்.

8.   வண்ணான் மண்டபம் பக்கம் நடந்தான்.

9.   மக்கள் நண்பன் பக்கம் வந்தார்கள்.

10.   பார் பார் பட்டணம் பார்!

பாடம் 7

1. <u>கற்க வேண்டிய எழுத்துகள்:</u>

க்	ங்	ச்	ஞ்	ட்	ண்
த்	ந்	ப்	ம்	ய்	ர்
ல்	வ்	ழ்	ள்	ற்	ன்

க	ங	ச	ஞ	ட	ண
த	ந	ப	ம	ய	ர
ல	வ	ழ	ள	ற	ன

க் + அ = க

ங் + அ = ங

கா	ஙா	சா	ஞா	டா	ணா
தா	நா	பா	மா	யா	ரா
லா	வா	ழா	ளா	றா	னா

க் + ஆ = கா

ங் + ஆ = ஙா

அ (a)	ஆ (aa)	இ (ea)	ஈ (ee)	உ (wu)	ஊ (oo)	
எ (eh)	ஏ (ay)	ஐ (ai)	ஒ (oh)	ஓ (ohh)	ஔ (ow)	ஃ (uck)

அ ஆ இ ஈ உ ஊ எ ஏ ஐ ஒ ஓ ஔ

2. பட அகராதி:

அம்மா

ஆலமரம்

இமயம்

ஈ

உலகம்

ஊர்

எண்கள்

ஏர்

ஐயம்

ஒட்டகம்

ஓடம்

ஔடதம்

3. வாசித்துப் பழகுக:

அம்மா	அப்பா	அக்கா
அண்ணன்	அடம்	அகம்
அவர்	அவன்	அவள்
அகல்	அறம்	அரண்
ஆண்	ஆள்	ஆல்
ஆட்டம்	ஆப்பம்	ஆரம்
ஆழம்	ஆலயம்	ஆலமரம்
இவர்	இடம்	இதம்
இயல்	இன்பம்	இனம்
ஈ	ஈசல்	ஈயம்
ஈரம்	ஈழம்	ஈச்சம் பழம்
உள்	உன்	உரம்
உடல்	உலகம்	உயரம்

4. கற்க வேண்டிய எழுத்துகள்:

க்	ங்	ச்	ஞ்	ட்	ண்
த்	ந்	ப்	ம்	ய்	ர்
ல்	வ்	ழ்	ள்	ற்	ன்

க	ங	ச	ஞ	ட	ண
த	ந	ப	ம	ய	ர
ல	வ	ழ	ள	ற	ன

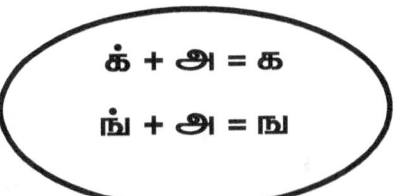

க் + அ = க
ங் + அ = ங

கா	ஙா	சா	ஞா	டா	ணா
தா	நா	பா	மா	யா	ரா
லா	வா	ழா	ளா	றா	னா

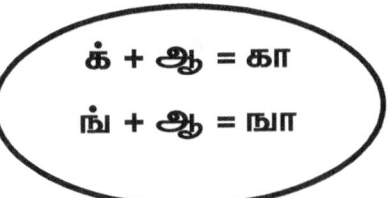

க் + ஆ = கா
ங் + ஆ = ஙா

அ (a)	ஆ (aa)	இ (ea)	ஈ (ee)	உ (wu)	ஊ (oo)	
எ (eh)	ஏ (ay)	ஐ (ai)	ஒ (oh)	ஓ (ohh)	ஔ (ow)	ஃ (uck)

அ ஆ இ ஈ உ ஊ எ ஏ ஐ ஒ ஓ ஔ

5. படஅகராதி:

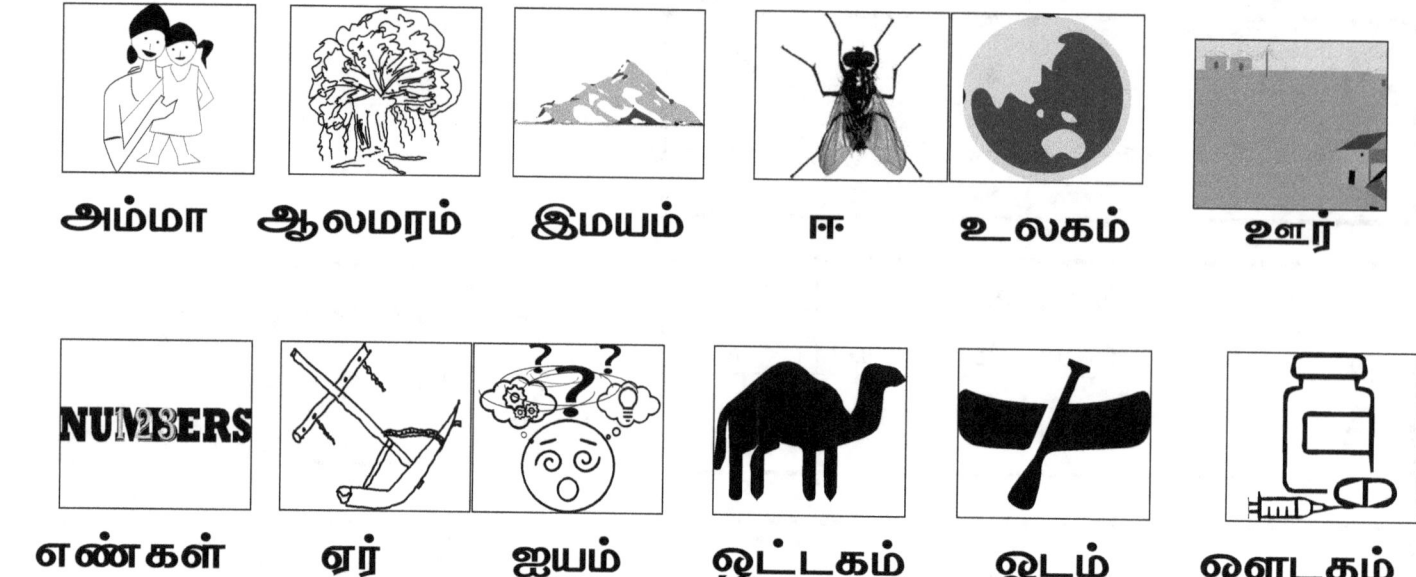

அம்மா

ஆலமரம்

இமயம்

ஈ

உலகம்

ஊர்

எண்கள்

ஏர்

ஐயம்

ஒட்டகம்

ஓடம்

ஔடதம்

6. வாசித்துப் பழகுக:

ஊண்	ஊர்	ஊழ்
ஊக்கம்	ஊட்டம்	ஊஞ்சல்
எண்	எள்	என்
எவர்	எங்கள்	எச்சம்
ஏக்கம்	ஏப்பம்	ஏற்றம்
ஐவர்	ஐயம்	ஐகாரம்
ஒட்டகம்	ஒற்றன்	ஒப்பம்
ஓடம்	ஓரம்	ஓலம்
ஓட்டம்	ஓணான்	ஔடதம்

பயிற்சி 7

1. <u>கோடிட்டுப்பொருத்துக:</u>

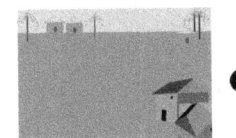

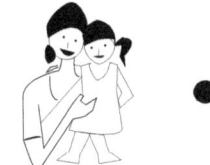

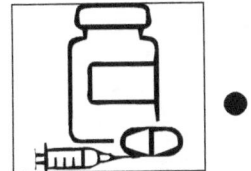

	ஒட்டகம்
	ஊர்
	அம்மா
	எண்கள்
	இமயம்

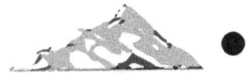

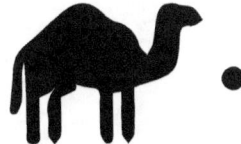

NUMBERS

 | ஔடதம் |

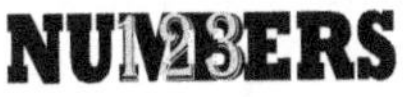

2. கோடிட்ட இடங்களை நிரப்புக:

1. க் + அ = ____
2. ந் + அ = ____
3. ழ் + அ = ____
4. ய் + அ = ____
5. த் + அ = ____
6. ங் + ஆ = ____
7. ள் + ஆ = ____
8. ண் + ஆ = ____
9. ப் + ஆ = ____
10. ஞ் + ஆ = ____
11. வ் + ___ = வ
12. ___ + ஆ = சா
13. ன் + ___ = ன
14. ம் + ___ = மா
15. ___ + அ = ட

3. வாக்கியங்களை இலக்கணத்தோடு படித்துப் பழகுக:

குறிப்பு: 'ன்' ஈறுகள்(அன்,ஆன்) – ஆண்பால், 'ள்' ஈறுகள்(அள், ஆள்) – பெண்பால், 'ர்' ஈறுகள் (அர், ஆர் 'மார்' 'ர்கள்') பகர இறுதி,– பலர்பால், மதிப்புறுபால், ஈறுகள் 'து,று,டு'–ஒன்றன்பால்,'அ,ஆ,வ' பலவின் பால்

1. அவள் வந்தாள்.
2. அவன் வந்தான்.
3. அவர் வந்தார்.
4. அவர்கள் வந்தார்கள்.
5. எந்த ஊர்?
6. கயல் வந்தாள்.
7. ஒற்றன் வந்தான்.
8. ஔடதம் தந்தார்.
9. என் தாத்தா வந்தார்.
10. உன் அக்கா வந்தார்.
11. ஆட்கள் வந்தார்கள்.
12. நண்பர்கள் ஏன் வந்தார்கள்?
13. உன் அப்பா என்ன தந்தார்?
14. உன் நண்பன் ஐய்யப்பன் வந்தான்.
15. என் நண்பன் அழகன் வந்தான்.
16. கண்ணன், உத்தமன் தந்தார்கள்.
17. இந்த ஊர் உன் ஊரா?
18. உன் அக்கா ஒட்டகம் பக்கம் வந்தார்.
19. என் அண்ணன் ஓடம் பக்கம் வந்தார்.
20. அந்த ஊர் என் மாமா ஊர்.

பாடம் 8

1. கற்க வேண்டிய எழுத்துகள்:

க் (ik)	ங் (ing)	ச் (ich)	ஞ் (inj)	ட் (it)	ண் (iNn)
த் (ith)	ந் (iNth)	ப் (ip)	ம் (im)	ய் (iy)	ர் (ir)
ல் (il)	வ் (iv)	ழ் (izhl)	ள் (ILl)	ற் (iRr)	ன் (in)

 க் + இ = கி

ங் + இ = ஙி

கி (ki)	ஙி (ngi)	சி (chi)	ஞி (nji)	டி (ti)	ணி (Nni)
தி (thi)	நி (Ni)	பி (pi)	மி (mi)	யி (yi)	ரி (ri)
லி (li)	வி (vi)	ழி (zhli)	ளி (Lli)	றி (Rri)	னி (ni)

கி ஙி சி ஞி டி ணி

தி நி பி மி யி ரி

லி வி ழி ளி றி னி

2. பட அகராதி

அணில்

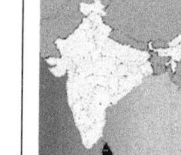
இந்தியா

கிளி

சிங்கம்

பல்லி

பள்ளி

3. வாசித்துப் பழகுக:

கசி	காசி	பசி	பாசி
வசி	வாசி	ஆசி	ஊசி
அடி	ஆடி	இடி	ஓடி
படி	பாடி	மடி	மாடி
தடி	தாடி	நடி	நாடி
கடி	பிடி	அணி	ஆணி
ஏணி	பணி	மணி	காணி

4. கற்க வேண்டிய எழுத்துகள்:

க் (ik)	ங் (ing)	ச் (ich)	ஞ் (inj)	ட் (it)	ண் (iNn)
த் (ith)	ந் (iNth)	ப் (ip)	ம் (im)	ய் (iy)	ர் (ir)
ல் (il)	வ் (iv)	ழ் (izhl)	ள் (ILl)	ற் (iRr)	ன் (in)

க் + இ = கி

ங் + இ = ஙி

கி (ki)	ஙி (ngi)	சி (chi)	ஞி (nji)	டி (ti)	ணி (Nni)
தி (thi)	நி (Ni)	பி (pi)	மி (mi)	யி (yi)	ரி (ri)
லி (li)	வி (vi)	ழி (zhli)	ளி (Lli)	றி (Rri)	னி (ni)

கி ஙி சி ஞி டி ணி

தி நி பி மி யி ரி

லி வி ழி ளி றி னி

5. வாசித்துப் பழகுக:

சாணி	நாணி	வாணி	பிணி
கரி	சரி	தரி	நரி
கிரி	சிரி	திரி	பிரி
வரி	விரி	ஆதி	ஊதி
கதி	மதி	பதி	பாதி
நிதி	மிதி	எலி	ஒலி
கலி	காலி	வலி	வாலி
பலி	தாலி	கிலி	நலி
அவி	ஆவி	ஏவி	பாவி
கவி	காவி	தவி	தாவி
ஆழி	கழி	பழி	வழி
வாழி	கிழி	பிழி	விழி
இளி	உளி	ஒளி	களி

6. கற்க வேண்டிய எழுத்துகள்:

க் (ik)	ங் (ing)	ச் (ich)	ஞ் (inj)	ட் (it)	ண் (iNn)
த் (ith)	ந் (iNth)	ப் (ip)	ம் (im)	ய் (iy)	ர் (ir)
ல் (il)	வ் (iv)	ழ் (izhl)	ள் (ILl)	ற் (iRr)	ன் (in)

க் + இ = கி

ங் + இ = ஙி

கி (ki)	ஙி (ngi)	சி (chi)	ஞி (nji)	டி (ti)	ணி (Nni)
தி (thi)	நி (Ni)	பி (pi)	மி (mi)	யி (yi)	ரி (ri)
லி (li)	வி (vi)	ழி (zhli)	ளி (Lli)	றி (Rri)	னி (ni)

கி ஙி சி ஞி டி ணி

தி நி பி மி யி ரி

லி வி ழி ளி றி னி

7. வாசித்துப் பழகுக:

காளி	சளி	கிளி	விளி
இனி	கனி	சனி	தனி
பனி	கறி	தறி	மாறி
அஞ்சி	இஞ்சி	கஞ்சி	
ஈட்டி	ஊட்டி	எட்டி	
கட்டி	காட்டி	மாட்டி	
தட்டி	திட்டி	வட்டி	
அல்லி	பல்லி	மல்லி	
அள்ளி	பள்ளி	வள்ளி	
தள்ளி	கிள்ளி	வண்டி	
கம்பி	தம்பி	நம்பி	
தமிழ்	அணில்	மயில்	
உயிர்	தயிர்	நிழல்	
கிண்ணம்	திண்ணம்	மிதிவண்டி	

பயிற்சி 8

1. <u>கோடிட்டுப் பொருந்துக:</u>

 •   • கிளி

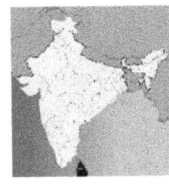 •   • சிங்கம்

 •   • பல்லி

 •   • பள்ளி

 •   • அணில்

 •   • இந்தியா

2. கோடிட்ட இடங்களை நிரப்புக:

1. ட் + இ = ______
2. ண் + இ = ______
3. ய் + இ = ______
4. ள் + இ = ______
5. ந் + இ = ______
6. ங் + இ = ______
7. ழ் + இ = ______
8. த் + இ = ______
9. ப் + இ = ______
10. ஞ் + இ = ______
11. வ் + ____ = வி
12. ______ + இ = சி
13. ன் + ____ = னி
14. ம் + ____ = மி
15. ______ + இ = றி

3. வினைச்சொற்களை எழுதிப் பழகுக:

அடி	______	______	இடி	______	______
ஒடி	______	______	ஓடி	______	______
கடி	______	______	நடி	______	______
படி	______	______	மடி	______	______
வடி	______	______	நாடி	______	______
பாடி	______	______	சாடி	______	______
வாடி	______	______	பிடி	______	______

4. வாக்கியங்களைப் படித்துப் பழகுக:

1. ஒன்றாம் பாடம் படித்தாயா?
2. பாண்டியன் இரண்டாம் பாடம் படிக்கிறான்.
3. நான்காம் வரி என்ன?
4. ஐந்தாம் இடத்தில் என்ன?
5. ஆறாம் பத்தியில் பார்த்தாயா?
6. பத்தாம் பாடம் படித்தாயா?
7. தம்பி எந்த ஊரில் படம் பார்த்தாய்?
8. எழிலன் மரத்தின் நிழலில் நிற்கிறான்.
9. கயல்விழி மிதிவண்டி பக்கம் நின்றாள்.
10. மாணவர்கள் பள்ளியில் தமிழ் கற்கிறார்கள்.
11. ஆட்கள் பகலில் பள்ளி பக்கம் ஓடினார்கள்.
12. நண்பர்கள் நண்பகலில் தயிர் சாதம் சாப்பிட்டார்கள்.
13. அல்லி இரவில் தனியாய் உறங்கினாள்.
14. கிள்ளிவளவன் அஞ்சி அஞ்சி நடந்தான்.
15. மன்னர் ரதம் ஏறி இறந்தார்.

5. சேர்த்து எழுதுக:

ம		
	ணி	1. ______
	ட்டம்	2. ______
	ண்	3. ______
	ந்தி	4. ______
	டம்	5. ______

பாடம் 9

1. கற்க வேண்டிய எழுத்துகள்:

க் (ik)	ங் (ing)	ச் (ich)	ஞ் (inj)	ட் (it)	ண் (iNn)
த் (ith)	ந் (iNth)	ப் (ip)	ம் (im)	ய் (iy)	ர் (ir)
ல் (il)	வ் (iv)	ழ் (izhl)	ள் (ILl)	ற் (iRr)	ன் (in)

க் + ஈ = கீ

ங் + ஈ = ஙீ

கீ (kee)	ஙீ (ngee)	சீ (chee)	ஞீ (njee)	டீ (tee)	ணீ (Nnee)
தீ (thee)	நீ (Nee)	பீ (pee)	மீ (mee)	யீ (yee)	ரீ (ree)
லீ (lee)	வீ (vee)	ழீ (zhlee)	ளீ (Llee)	றீ (Rree)	னீ (nee)

கீ ஙீ சீ ஞீ டீ ணீ

தீ நீ பீ மீ யீ ரீ

லீ வீ ழீ ளீ றீ னீ

2. பட அகராதி:

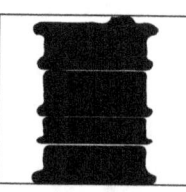

கீரி

தீ

நீர்

மீன்

பீப்பாய்

பீரங்கி

3. வாசித்துப் பழகுக:

தீ	நீ
நீர்	சீர்
சீவி	நீவி
வீதி	பீதி
சீனி	தீனி
சீழ்	கீழ்
மீன்	வீண்

4. கற்க வேண்டிய எழுத்துகள்:

க் (ik)	ங் (ing)	ச் (ich)	ஞ் (inj)	ட் (it)	ண் (iNn)
த் (ith)	ந் (iNth)	ப் (ip)	ம் (im)	ய் (iy)	ர் (ir)
ல் (il)	வ் (iv)	ழ் (izhl)	ள் (ILl)	ற் (iRr)	ன் (in)

க் + ஈ = கீ

ங் + ஈ = ஙீ

கீ (kee)	ஙீ (ngee)	சீ (chee)	ஞீ (njee)	டீ (tee)	ணீ (Nnee)
தீ (thee)	நீ (Nee)	பீ (pee)	மீ (mee)	யீ (yee)	ரீ (ree)
லீ (lee)	வீ (vee)	ழீ (zhlee)	ளீ (Llee)	றீ (Rree)	னீ (nee)

கீ ஙீ சீ ஞீ டீ ணீ

தீ நீ பீ மீ யீ ரீ

லீ வீ ழீ ளீ றீ னீ

5. வாசித்துப் பழகுக:

கீரி	தீபம்		
திடீர்	படீர்		
கணீர்	பளீர்		
நீலம்	நீளம்		
வீரம்	தீரம்		
தீண்ட	தீண்டி	நீண்ட	மீண்ட
சீட்டி	தீட்டி	நீட்டி	மீட்டி
சீவல்	மீட்டர்	வீட்டில்	வீரியம்
நீங்கள்	பீங்கான்	பீப்பாய்	இளநீர்
நீக்கம்	வீக்கம்	நீச்சல்	நீட்டம்
தீவிரம்	பீரங்கி	சீரகம்	சீக்கிரம்
கண்ணீர்	தண்ணீர்	பன்னீர்	நன்னீர்

பயிற்சி 9

1. <u>கோடிட்டுப் பொருத்துக:</u>

 ●

● நீர்

 ●

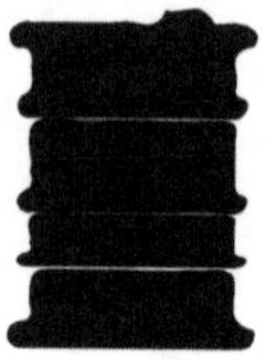

● மீன்

 ●

● பீப்பாய்

 ●

● பீரங்கி

 ●

● கீரி

 ●

● தீ

2. கோடிட்ட இடங்களை நிரப்புக:

1.   ஞ்   +   ஈ   =   _____
2.   ழ்   +   ஈ   =   _____
3.   ய்   +   ஈ   =   _____
4.   ள்   +   ஈ   =   _____
5.   ண்   +   ஈ   =   _____
6.   ங்   +   ஈ   =   _____
7.   ந்   +   ஈ   =   _____
8.   த்   +   ஈ   =   _____
9.   ட்   +   ஈ   =   _____
10. ப்   +   ஈ   =   _____
11. ல்   +   _____   =   லீ
12. _____   +   ஈ   =   தீ
13. ண்   +   _____   =   ணீ
14. ழ்   +   _____   =   ழீ
15. _____   +   ஈ   =   ரீ

3. வாக்கியங்களைப் படித்துப் பழகுக:

1.   வீட்டில் தீ!

2.   மாம்பழம் சாப்பிட்டீர்களா?

3.   வீரப்பன் இளநீர் சீவினான்.

4.   வீரர்கள் வீசி எறிந்தனர்.

5.   நீங்கள் நீச்சல் கற்றீர்களா?

6.   கீரன் ஓவியம் தீட்டினான்.

7.   சீக்கிரம் வந்தால் நலம்.

8.   மீன்கள் நீரில் தாவின.

9.   வண்டி நீளம் அதிகம்.

10. வீட்டின் நீள அகலம் என்ன?

11. தாத்தா கால் நீட்டி உறங்கினார்.

12. என் கால்கள் தானாய் நீண்டன.

13. காட்டில் மரங்கள் தீயால் எரிந்தன.

14. நீல நிறக் கம்மல் அணிந்தவர் யார்?

15. எதிரி வீரர்கள் பீரங்கி வண்டி ஓட்டி வந்தனர்.

பாடம் 10

1. கற்க வேண்டிய எழுத்துகள்:

க் (ik)	ங் (ing)	ச் (ich)	ஞ் (inj)	ட் (it)	ண் (iNu)
த் (ith)	ந் (iNth)	ப் (ip)	ம் (im)	ய் (iy)	ர் (ir)
ல் (il)	வ் (iv)	ழ் (izhl)	ள் (ILl)	ற் (iRr)	ன் (in)

க் + உ = கு

ட் + உ = டு

கு (ku)	ஙு (ngu)	சு (chu)	ஞு (nju)	டு (tu)	ணு (Nu)
து (thu)	நு (Nu)	பு (pu)	மு (mu)	யு (yu)	ரு (ru)
லு (lu)	வு (vu)	ழு (zhlu)	ளு (Llu)	று (Rru)	னு (nu)

கு ஙு சு ஞு டு ணு

து நு பு மு யு ரு

லு வு ழு ளு று னு

2. பட அகராதி:

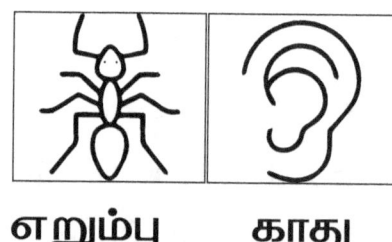

எறும்பு   காது    தராசு   புலி    மிளகு    வண்டு

3. வாசித்துப் பழகுக:

ஆடு	இடு	ஈடு	எடு
ஏடு	ஓடு	காடு	நாடு
பாடு	வாடு	விடு	வீடு
சுடு	குடி	முடி	துடி
விழு	குழு	முழு	புழு
இரு	எரு	ஒரு	கரு

4. கற்க வேண்டிய எழுத்துகள்:

க் (ik)	ங் (ing)	ச் (ich)	ஞ் (inj)	ட் (it)	ண் (iNu)
த் (ith)	ந் (iNth)	ப் (ip)	ம் (im)	ய் (iy)	ர் (ir)
ல் (il)	வ் (iv)	ழ் (izhl)	ள் (ILl)	ற் (iRr)	ன் (in)

க் + உ = கு

ட் + உ = டு

கு (ku)	ஙு (ngu)	சு (chu)	ஞு (nju)	டு (tu)	ணு (Nu)
து (thu)	நு (Nu)	பு (pu)	மு (mu)	யு (yu)	ரு (ru)
லு (lu)	வு (vu)	ழு (zhlu)	ளு (Llu)	று (Rru)	னு (nu)

கு ஙு சு ஞு டு ணு

து நு பு மு யு ரு

லு வு ழு ளு று னு

5. வாசித்துப் பழகுக:

அது	இது	ஊது	எது
சாது	புது	துணி	நுணி
ஈறு	ஏறு	குனி	ஏசு
மாவு	சாவு	குவி	புவி
அணு	கணு	பசு	சிசு
முள்	முன்	தீவு	நீவு
காசு	மாசு	புல்	பளு
கட்டு	லட்டு	வட்டு	தட்டு
திட்டு	நீட்டு	தீட்டு	குட்டு
புட்டு	முட்டு	வட்டி	பட்டி
குட்டி	சுட்டி	முட்டி	புட்டி
புயல்	முயல்	குயில்	துயில்
உறவு	துறவு	பழுது	விழுது
சந்து	பந்து	வந்து	சிந்து

6. கற்க வேண்டிய எழுத்துகள்:

க் (ik)	ங் (ing)	ச் (ich)	ஞ் (inj)	ட் (it)	ண் (iNu)
த் (ith)	ந் (iNth)	ப் (ip)	ம் (im)	ய் (iy)	ர் (ir)
ல் (il)	வ் (iv)	ழ் (izhl)	ள் (ILl)	ற் (iRr)	ன் (in)

க் + உ = கு

ட் + உ = டு

கு (ku)	ஙு (ngu)	சு (chu)	ஞு (nju)	டு (tu)	ணு (Nu)
து (thu)	நு (Nu)	பு (pu)	மு (mu)	யு (yu)	ரு (ru)
லு (lu)	வு (vu)	ழு (zhlu)	ளு (Llu)	று (Rru)	னு (nu)

கு ஙு சு ஞு டு ணு

து நு பு மு யு ரு

லு வு ழு ளு று னு

7. வாசித்துப் பழகுக:

கன்று	நன்று	சான்று	குன்று
சங்கு	தங்கு	பங்கு	நுங்கு
ஆப்பு	உப்பு	சீப்பு	துப்பு
புற்று	ஞாயிறு	சுபம்	முற்றும்
கத்து	சத்து	குத்து	முத்து
குண்டு	துண்டு	யுகம்	கதவு
கிழக்கு	வடக்கு	முந்து	முயற்சி
இரவு	வரவு	அனுப்பு	நல்வரவு
கடுப்பு	உடுப்பு	துடுப்பு	விடுப்பு
முறுக்கு	சறுக்கு	கரும்பு	விரும்பு
மருந்து	பருந்து	வருந்து	விருந்து
கருத்து	பருத்து	நிறுத்து	குறுத்து
உடும்பு	தராசு	சுறுசுறுப்பு	குடும்பம்

பயிற்சி 10

1. <u>கோடிட்டுப் பொருத்துக:</u>

 •

• எறும்பு

 •

• புலி

 •

• தராசு

 •

• காது

 •

• வண்டு

 •

• மிளகு

2. <u>சேர்த்து எழுதுக:</u>

காா	
	டு
	சு
	து
	ப்பு
	ற்று
	ட்டு

1. ______________________
2. ______________________
3. ______________________
4. ______________________
5. ______________________

3. <u>வினைச்சொற்களை எழுதிப் பழகுக.</u>

1. ஆடு ________ ________
2. இடு ________ ________
3. ஈடு ________ ________
4. எடு ________ ________
5. ஓடு ________ ________
6. சாடு ________ ________
7. பாடு ________ ________
8. வாடு ________ ________
9. விடு ________ ________
10 சுடு ________ ________

4. வாக்கியங்களைப் படித்துப் பழகுக:

1. முன்னால் வா.
2. துணி வாங்கினாயா?
3. பந்திக்கு முந்து.
4. பசு பால் தரும்.
5. காளி புல்லாங்குழல் வாசித்தான்.
6. மருத்துவர் ஊசி குத்தினார்.
7. பயணிகள் தண்ணீர் குடித்தனர்.
8. மாணவர்கள் எழுதி முடித்தார்கள்.
9. இரவில் புயல் அடித்தது.
10. புலி காட்டுக்குள் வந்தது.
11. சிறுவர்கள் ஓடி வந்தார்கள்.
12. சிறுமிகள் நாடகத்தில் நடித்தார்கள்.
13. தானாய் கதவு திறந்தது.
14. அல்லியிடம் முத்துக்கள் இருந்தன.
15. இந்தத் துணி எவ்வளவு நீளம்?
16. இவர் உனக்கு என்ன உறவு?
17. குண்டு முயல் நடக்க முயன்றது.
18. மான் புலியிடமிருந்து தப்பி ஓடியது.
19. காய் உண்பது உடலுக்கு நல்லது.
20. தீயினால் சுட்ட புண் உள்ளாறும்.

5. கோடிட்ட இடங்களை நிரப்புக:

1. ஞ் + உ = ______
2. ற் + உ = ______
3. ய் + உ = ______
4. ள் + உ = ______
5. ன் + உ = ______
6. ங் + உ = ______
7. ந் + உ = ______
8. ச் + உ = ______
9. ட் + உ = ______
10. ப் + உ = ______
11. ல் + ___ = லு
12. ___ + உ = து
13. ண் + ___ = ணு
14. ழ் + ___ = ழு
15. ___ + உ = ரு

6. <u>ஆத்திச்சூடியைப் படித்துப் பழகுக:</u>

ஆறுவது சினம்.

ஏற்பது இகழ்ச்சி.

ஐயமிட்டு உண்.

ஒப்புறவு ஒழுகு.

(ஔவையார்)

7. <u>திருக்குறளைப் படித்துப் பழகுக:</u>

எண்ணித் துணிக கருமம் துணிந்தபின்
எண்ணுவம் என்பது இழுக்கு.

காலம் கருதி இருப்பர் கலங்காது
ஞாலம் கருது பவர்.

(திருவள்ளுவர்)

பாடம் 11

1. கற்க வேண்டிய எழுத்துகள்:

க் (ik)	ங் (ing)	ச் (ich)	ஞ் (inj)	ட் (it)	ண் (iNn)
த் (ith)	ந் (iNth)	ப் (ip)	ம் (im)	ய் (iy)	ர் (ir)
ல் (il)	வ் (iv)	ழ் (izhl)	ள் (ILl)	ற் (iRr)	ன் (in)

க் + ஊ = கூ

ட் + ஊ = டூ

கூ (koo)	ஙூ (noo)	சூ (choo)	ஞூ (njoo)	டூ (too)	ணூ (Noo)
தூ (thoo)	நூ (Noo)	பூ (poo)	மூ (moo)	யூ (yoo)	ரூ (roo)
லூ (loo)	வூ (voo)	ழூ (zhloo)	ளூ (Lloo)	றூ (Rroo)	னூ (noo)

கூ ஙூ சூ ஞூ டூ ணூ

தூ நூ பூ மூ யூ ரூ

லூ வூ ழூ ளூ றூ னூ

2. பட அகராதி:

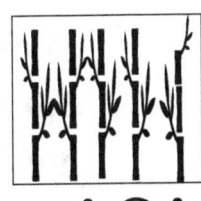

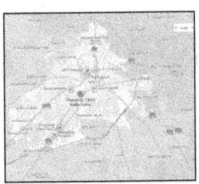

கூண்டு

சூறாவளி

பூட்டு

மயூரம்

மூங்கில்

தஞ்சாவூர்

3. வாசித்துப் பழகுக:

பூ	பூசி	பூமி
கூடி	சூடி	மூடி
கூன்	தூண்	பூண்
கூடு	சூடு	மூடு
கூர்	கூவி	தூவி
தூளி	தூர்	தூள்
தூது	சூது	சூட்டி
கூட்டி	பூட்டி	மூட்டி

4. கற்க வேண்டிய எழுத்துகள்:

க் (ik)	ங் (ing)	ச் (ich)	ஞ் (inj)	ட் (it)	ண் (iNn)
த் (ith)	ந் (iNth)	ப் (ip)	ம் (im)	ய் (iy)	ர் (ir)
ல் (il)	வ் (iv)	ழ் (izhl)	ள் (ILl)	ற் (iRr)	ன் (in)

க் + ஊ = கூ

ட் + ஊ = டூ

கூ (koo)	ஙூ (noo)	சூ (choo)	ஞூ (njoo)	டூ (too)	ணூ (Noo)
தூ (thoo)	நூ (Noo)	பூ (poo)	மூ (moo)	யூ (yoo)	ரூ (roo)
லூ (loo)	வூ (voo)	ழூ (zhloo)	ளூ (Lloo)	றூ (Rroo)	னூ (noo)

கூ ஙூ சூ ஞூ டூ ணூ

தூ நூ பூ மூ யூ ரூ

லூ வூ ழூ ளூ றூ னூ

5. வாசித்துப் பழகுக:

நூறு	நூல்	நூலகம்
பூண்டு	கூண்டு	தூண்டு
தூற்று	தூரம்	தூதர்
மூட்டு	மூக்கு	மூன்று
மூடன்	மூலம்	மூங்கில்
கூச்சம்	கூட்டம்	கூந்தல்
நாகூர்	நங்கூரம்	கூற்று
குண்டூசி	ரூபாய்	கரூர்
சூரியன்	சூலம்	சூறாவளி
சூனியக்காரி	சூலாயுதம்	திங்களூர்
திருவள்ளூர்	தஞ்சாவூர்	வலுவூட்டு
கல்லூரி	வல்லூறு	பாலூட்டி
யூதர்கள்	மயூரம்	வள்ளியூர்
கற்பூரம்	தாம்பூலம்	பூகம்பம்

பயிற்சி 11

1. <u>கோடிட்டுப் பொருத்துக:</u>

 •   • மயூரம்

 •   • கூண்டு

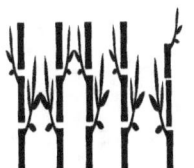 •   • சூறாவளி

 •   • தஞ்சாவூர்

 •   • மூங்கில்

 •   • பூட்டு

2. கோடிட்ட இடங்களை நிரப்புக:

1. க் + ஊ = _____
2. ற் + ஊ = _____
3. ய் + ஊ = _____
4. ள் + ஊ = _____
5. ன் + ஊ = _____
6. ஞ் + ஊ = _____
7. ச் + ஊ = _____
8. ங் + ஊ = _____
9. ந் + ஊ = _____
10. ட் + ஊ = _____
11. ல் + _____ = லூ
12. _____ + ஊ = தூ
13. ண் + _____ = ணூ
14. ழ் + _____ = ழூ
15. _____ + ஊ = ரூ

3. எழுத்துக்களைச் சேர்த்து சொற்களை எழுதுக:

பூ	டி	கூ
ட்	ண்	டு
தூ	சூ	வி

1. _____
2. _____
3. _____
4. _____
5. _____

4. பொருத்தமான எழுத்தை நிரப்பி சொற்களை எழுதுக:

டு
வி
ட்டி
ண்டு
ச்சம்
ட்டம்

1. _____
2. _____
3. _____
4. _____
5. _____

5. வாக்கியங்களைப் படித்துப் பழகுக:

1. கத்தி கூரானது.
2. குருவிக் கூடு.
3. மூவர் வந்தனர்.
4. படிக்கத் தூண்டு.
5. குண்டூசி குத்தும்.
6. பூமி அதிர்ந்தது.
7. நூல் பல கல்.
8. குணவதி பூ சூடினாள்.
9. பூண்டியில் ஏரி உள்ளது.
10. நூறு ரூபாய் பணம்.

11. நீல வண்ண நூல்கண்டு.
12. கல்லூரியில் மாணவர்கள் உள்ளார்கள்.
13. மூன்று பழங்கள் இருந்தன.
14. பழங்கள் உடலுக்கு வலுவூட்டும்.
15. பனி மூட்டம் காணப்படுகிறது.
16. கள்ளிப்பட்டி ஒரு சிற்றூர்.
17. சூறாவளிக் காற்று பலமாய் வீசியது.
18. கூடு விட்டு கூடு பாய்வது கடினம்.
19. கிளிக் கூடு அழகாய் இருக்கிறது.
20. கரூர் என்ற ஊர் இருக்கிறது.

பாடம் 12

1. <u>கற்க வேண்டிய எழுத்துகள்:</u>

க் (ik)	ங் (ing)	ச் (ich)	ஞ் (inj)	ட் (it)	ண் (iNn)
த் (ith)	ந் (iNth)	ப் (ip)	ம் (im)	ய் (iy)	ர் (ir)
ல் (il)	வ் (iv)	ழ் (izhl)	ள் (ILl)	ற் (iRr)	ன் (in)

க் + எ = கெ

ங் + எ = ஙெ

கெ (keh)	ஙெ (neh)	செ (cheh)	ஞெ (njeh)	டெ (teh)	ணெ (Neh)
தெ theh)	நெ (Neh)	பெ (peh)	மெ (meh)	யெ (yeh)	ரெ (reh)
லெ (leh)	வெ (veh)	ழெ (zhleh)	ளெ (Lleh)	றெ (Rreh)	னெ (neh)

கெ ஙெ செ ஞெ டெ ணெ
தெ நெ பெ மெ யெ ரெ
லெ வெ ழெ ளெ றெ னெ

2. <u>பட அகராதி:</u>

  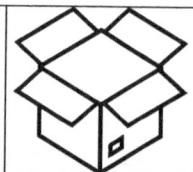   

செங்கல்   நெசவு   பெட்டி   மெழுகுவர்த்தி   வெல்லம்   வெள்ளம்

3. <u>வாசித்துப் பழகுக:</u>

செய்	நெய்	பெய்	மெய்
செல்	நெல்	வெல்	பெண்
கெடு	நெடு	தெறி	வெறி
பெறு	வெறு	நெளி	வெளி
தெளி	தெரு	தெற்கு	பெயர்
கெட்டு	செட்டு	மெட்டு	வெட்டு
கெட்டி	மெட்டி	வெட்டி	வெற்றி
மெல்ல	மெழுகு	சென்று	வென்று

4. கற்க வேண்டிய எழுத்துகள்:

க் (ik)	ங் (ing)	ச் (ich)	ஞ் (inj)	ட் (it)	ண் (iNn)
த் (ith)	ந் (iNth)	ப் (ip)	ம் (im)	ய் (iy)	ர் (ir)
ல் (il)	வ் (iv)	ழ் (izhl)	ள் (ILl)	ற் (iRr)	ன் (in)

க் + எ = கெ

ங் + எ = ஙெ

கெ (keh)	ஙெ (neh)	செ (cheh)	ஞெ (njeh)	டெ (teh)	ணெ (Neh)
தெ (theh)	நெ (Neh)	பெ (peh)	மெ (meh)	யெ (yeh)	ரெ (reh)
லெ (leh)	வெ (veh)	ழெ (zhleh)	ளெ (Lleh)	றெ (Rreh)	னெ (neh)

கெ ஙெ செ ஞெ டெ ணெ

தெ நெ பெ மெ யெ ரெ

லெ வெ ழெ ளெ றெ னெ

5. வாசித்துப் பழகுக:

செம்பு
செறிவு
செங்கல்
வெகுவாய்
எண்ணெய்
பெறுவது
நெடிய
நெசவு
நெடுமாறன்
செப்பனிடு
தெளிவு
தெய்வம்
தென்றல்

செப்பு
செண்டு
செல்லம்
வெங்காயம்
செய்யுள்
பெரியவர்
மெதுவாய்
நெம்பி
நெஞ்சம்
நெடுங்கடல்
செந்தமிழ்
தெம்மாங்கு
செல்லாது

செவிடு
செயல்
வெல்லம்
வெட்கம்
வெள்ளம்
வெண்ணெய்
பெட்டகம்
மெல்லிய
நெகிழ்வு
நெருப்பு
செண்பகம்
செங்காந்தள்
தெப்பம்
தெப்பக்குளம்

பயிற்சி 12

1. <u>கோடிட்டுப் பொருத்துக:</u>

 •   • வெள்ளம்

 •   • வெல்லம்

 •   • நெசவு

 •   • பெட்டி

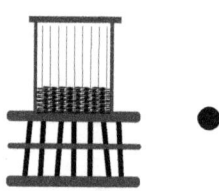 •   • செங்கல்

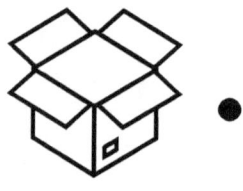 •   • மெழுகுவர்த்தி

2. கோடிட்ட இடங்களை நிரப்புக:

1. க் + எ = _____
2. ற் + எ = _____
3. ய் + எ = _____
4. ள் + எ = _____
5. ன் + எ = _____
6. ங் + எ = _____
7. ந் + எ = _____
8. ச் + எ = _____
9. ட் + எ = _____
10. ப் + எ = _____
11. ல் + _____ = லெ
12. _____ + எ = தெ
13. ண் + _____ = ணெ
14. ழ் + _____ = ழெ
15. _____ + எ = ரெ

3. கேள்விகளைப் படித்து பதில்களை நிரப்புக:

உன் பெயர் என்ன?   _____

என் பெயர்   _____

உன் அம்மா பெயர் என்ன?   _____

என் அம்மா பெயர்   _____

உன் அப்பா பெயர் என்ன?

என் அப்பா பெயர்   _____

4. அடிக்கோடிட்ட உறவுகளின் பெயர்களை கட்டங்களிலிருந்து எடுத்து நிரப்பிக் கேள்விகளைப் படித்து பதில்களை நிரப்புக:

அக்கா
அண்ணன்
தம்பி
தங்கை
தாத்தா
பாட்டி
அத்தை,
மாமா

உன் ______ பெயர் என்ன? ____________________

என் ______ பெயர் ____________________

5. ஆத்திச்சூடியைப் படித்துப் பழகுக:

அறம் செய விரும்பு.

செய்வன திருந்தச் செய்.

நாடு ஒப்பன செய்.

(ஔவையார்)

6. திருக்குறளைப் படித்துப் பழகுக:

குடியென்னும் குன்றா விளக்கம் மடியென்னும்
மாசூர மாய்ந்து கெடும்.

இடுக்கண் படினும் இளிவந்த செய்யார்
நடுக்கற்ற காட்சி யவர்.

முகநக நட்பது நட்பன்று நெஞ்சத்து
அகநக நட்பது நட்பு.

பீலிபெய் சாகாடும் அச்சிறும் அப்பண்டஞ்
சால மிகுத்துப் பெயின்.

நெடுநீர் மறவி மடிதுயில் நான்கும்
கெடுநீரார் காமக் கலன்.

(திருவள்ளுவர்)

பாடம் 13

1. கற்க வேண்டிய எழுத்துகள்:

க் (ik)	ங் (ing)	ச் (ich)	ஞ் (inj)	ட் (it)	ண் (iNn)
த் (ith)	ந் (iNth)	ப் (ip)	ம் (im)	ய் (iy)	ர் (ir)
ல் (il)	வ் (iv)	ழ் (izhl)	ள் (ILl)	ற் (iRr)	ன் (in)

க் + ஏ = கே

ங் + ஏ = ஙே

கே (kay)	ஙே (nay)	சே (chay)	ஞே (njay)	டே (tay)	ணே (Nay)
தே (thay)	நே (Nay)	பே (pay)	மே (may)	யே (yay)	ரே (ray)
லே (lay)	வே (vay)	ழே (zhlay)	ளே (Llay)	றே (Rray)	னே (nay)

கே ஙே சே ஞே டே ணே

தே நே பே மே யே ரே

லே வே ழே ளே றே னே

2. பட அகராதி:

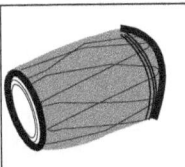

கேள்வி

சேவல்

தேள்

பேனா

மேளம்

வேலி

3. வாசித்துப் பழகுக:

கேள்	கேலி	கேடி	கேடு
சேய்	சேறு	தேடி	தேடு
தேய்	தேர்	தேள்	தேன்
பேசு	பேன்	பேண்	பேய்
மேய்	மேல்	மேரு	மேடு
மேனி	வேல்	வேர்	வேறு
வேலி	பலே	கீழே	மேலே
கேணி	நேர்	சேர்	சேடி
கேசம்	கேள்வி	கேடயம்	கேவலம்

4. கற்க வேண்டிய எழுத்துகள்:

க் (ik)	ங் (ing)	ச் (ich)	ஞ் (inj)	ட் (it)	ண் (iNn)
த் (ith)	ந் (iNth)	ப் (ip)	ம் (im)	ய் (iy)	ர் (ir)
ல் (il)	வ் (iv)	ழ் (izhl)	ள் (ILl)	ற் (iRr)	ன் (in)

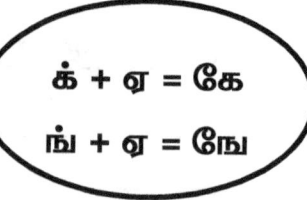

க் + ஏ = கே

ங் + ஏ = ஙே

கே (kay)	ஙே (nay)	சே (chay)	ஞே (njay)	டே (tay)	ணே (Nay)
தே (thay)	நே (Nay)	பே (pay)	மே (may)	யே (yay)	ரே (ray)
லே (lay)	வே (vay)	ழே (zhlay)	ளே (Llay)	றே (Rray)	னே (nay)

கே ஙே சே ஞே டே ணே

தே நே பே மே யே ரே

லே வே ழே ளே றே னே

5. வாசித்துப் பழகுக:

தேகம்	தேசம்	நேசம்	நேரம்
நேற்று	பேத்தி	பேதம்	பேரன்
பேருந்து	மேகம்	மேற்கு	வேள்வி
வேகம்	வேதம்	வேடம்	வேடன்
வேட்டு	வேண்டு	வேண்டும்	வேண்டாம்
உள்ளே	வெளியே	களேபரம்	உள்ளேன்
கரவேல்	விலக்கேல்	இகழேல்	விளம்பேல்
கேழ்வரகு	தேங்காய்	பேரிக்காய்	வேப்பங்காய்
கண்டேன்	கேட்டேன்	பேசுவேன்	நாடுவேன்
சென்றேன்	வென்றேன்	நின்றேன்	பயின்றேன்
நடந்தேன்	பார்த்தேன்	படித்தேன்	நடித்தேன்
பாடினேன்	ஆடினேன்	நாடினேன்	வாடினேன்

பயிற்சி 13

1. <u>கோடிட்டுப் பொருத்துக:</u>

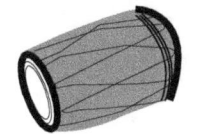 •   • பேனா

 •   • சேவல்

 •   • தேள்

 •   • கேள்வி

 •   • மேளம்

 •   • வேலி

2. கோடிட்ட இடங்களை நிரப்புக:

1. க் + ஏ = _____
2. ற் + ஏ = _____
3. ய் + ஏ = _____
4. ள் + ஏ = _____
5. ன் + ஏ = _____
6. ங் + ஏ = _____
7. ந் + ஏ = _____
8. ச் + ஏ = _____
9. ட் + ஏ = _____
10. ப் + ஏ = _____
11. ல் + ____ = லே
12. ____ + ஏ = தே
13. ண் + ____ = ணே
14. ழ் + ____ = ழே
15. ____ + ஏ = ரே

3. படித்துப் பழகுக:

நன்றி மறப்பது நன்றன்று நன்றல்லது
அன்றே மறப்பது நன்று.

(திருவள்ளுவர்)

யாதும் ஊரே யாவரும் கேளீர்
தீதும் நன்றும் பிறர் தர வாரா

(கணியன் பூங்குன்றனார்)

4. கீழ்க்கண்ட கேள்விகளுக்கு கற்பனையான பதில்கள் தருக:

1. நேரம் என்ன?

2. வேடன் எங்கே சென்றான்?

3. நீ எந்த வகுப்பில் படிக்கிறாய்?

4. தேர்வு எப்படி எழுதினாய்?

5. எதற்காகக் கீழே சென்றாய்?

6. உனக்குப் புத்தகம் வேண்டுமா?

7. மேலே செல்ல வேண்டுமா?

8. யார் வீட்டில் தேடினாய்?

9. உனக்கு என்ன வேண்டும்?

10. நேற்று படம் பார்த்தாயா?

11. சூரியன் மேற்கில் உதிக்குமா?

12. நேராய் சென்றால் கடல் தெரியுமா?

13. வேலு தேங்காய் பறித்துத் தந்தாரா?

14. உங்களுக்கு நாடகத்தில் என்ன வேடம்?

15. எங்களுக்கு உள்ளே செல்ல அனுமதி உண்டா?

பாடம் – 14

1. கற்க வேண்டிய எழுத்துகள்:

க் (ik)	ங் (ing)	ச் (ich)	ஞ் (inj)	ட் (it)	ண் (iNn)
த் (ith)	ந் (iNth)	ப் (ip)	ம் (im)	ய் (iy)	ர் (ir)
ல் (il)	வ் (iv)	ழ் (izhl)	ள் (ILl)	ற் (iRr)	ன் (in)

க் + ஐ = கை
ங் + ஐ = ஙை

கை (kie)	ஙை (nie)	சை (chie)	ஞை (njie)	டை (tie)	ணை (Nie)
தை (thie)	நை (Nie)	பை (pie)	மை (mie)	யை (yie)	ரை (rie)
லை (lie)	வை (vie)	ழை (zhlie)	ளை (Llie)	றை (Rrie)	னை (nie)

கை ஙை சை ஞை டை ணை
தை நை பை மை யை ரை
லை வை ழை ளை றை னை

2. பட அகராதி:

     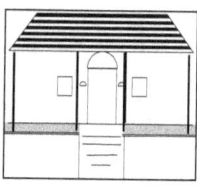

புகை   மலை   மீசை   தவளை   தாமரை   திண்ணை

3. வாசித்துப் பழகுக:

கை	தை	பை	மை
வை	ரவை	வைகை	சைகை
அசை	ஆசை	இசை	ஓசை
கசை	தசை	பசை	வசை
திசை	விசை	மீசை	வீசை
அடை	ஆடை	இடை	உடை
எடை	ஓடை	கடை	தடை
நடை	வடை	குடை	விடை

4. கற்க வேண்டிய எழுத்துகள்:

க் (ik)	ங் (ing)	ச் (ich)	ஞ் (inj)	ட் (it)	ண் (iNn)
த் (ith)	ந் (iNth)	ப் (ip)	ம் (im)	ய் (iy)	ர் (ir)
ல் (il)	வ் (iv)	ழ் (izhl)	ள் (ILl)	ற் (iRr)	ன் (in)

க் + ஐ = கை

ங் + ஐ = ஙை

கை (kie)	ஙை (nie)	சை (chie)	ஞை (njie)	டை (tie)	ணை (Nie)
தை (thie)	நை (Nie)	பை (pie)	மை (mie)	யை (yie)	ரை (rie)
லை (lie)	வை (vie)	ழை (zhlie)	ளை (Llie)	றை (Rrie)	னை (nie)

கை ஙை சை ஞை டை ணை

தை நை பை மை யை ரை

லை வை ழை ளை றை னை

5. வாசித்துப் பழகுக:

அமை	ஆமை	இமை	ஊமை
அணை	கணை	வீணை	துணை
அதை	இதை	விதை	அத்தை
அரை	இரை	உரை	கரை
கறை	பறை	பாறை	குறை
தரை	வரை	நரை	நாரை
கலை	தலை	மலை	வலை
அலை	இலை	உலை	குலை
காலை	மாலை	சாலை	விலை
களை	காளை	நாளை	கிளை
அவை	இவை	எவை	ஔவை
பனை	பானை	புனை	பூனை
சிறை	திறை	திரை	கூரை

6. <u>கற்க வேண்டிய எழுத்துகள்:</u>

க் (ik)	ங் (ing)	ச் (ich)	ஞ் (inj)	ட் (it)	ண் (iNn)
த் (ith)	ந் (iNth)	ப் (ip)	ம் (im)	ய் (iy)	ர் (ir)
ல் (il)	வ் (iv)	ழ் (izhl)	ள் (ILl)	ற் (iRr)	ன் (in)

க் + ஐ = கை

ங் + ஐ = ஙை

கை (kie)	ஙை (nie)	சை (chie)	ஞை (njie)	டை (tie)	ணை (Nie)
தை (thie)	நை (Nie)	பை (pie)	மை (mie)	யை (yie)	ரை (rie)
லை (lie)	வை (vie)	ழை(zhlie)	ளை (Llie)	றை(Rrie)	னை (nie)

கை ஙை சை ஞை டை ணை

தை நை பை மை யை ரை

லை வை ழை ளை றை னை

7. <u>வாசித்துப் பழகுக:</u>

புகை	கைதி	பச்சை	உழிஞை
பஞ்சை	நஞ்சை	பூஞ்சை	தஞ்சை
சஉடை	பகடை	குட்டை	மேடை
நத்தை	மெத்தை	ஆந்தை	தந்தை
மழை	தழை	தாழை	வாழை
தீமை	கண்மை	எருமை	தாமரை
மந்தை	சந்தை	சிலை	வைரம்
சபை	பையன்	வேங்கை	தங்கை
தவளை	திண்ணை	தயை	மாயை
காக்கை	அகப்பை	நையாண்டி	நைல் நதி

பயிற்சி 14

1. <u>கோடிட்டுப் பொருத்துக:</u>

 ●   ● புகை

 ●   ● மலை

 ●   ● தாமரை

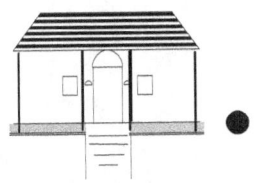 ●   ● தவளை

 ●   ● திண்ணை

 ●   ● மீசை

2. கோடிட்ட இடங்களை நிரப்புக:

1. க் + ஐ = _____
2. ற் + ஐ = _____
3. ய் + ஐ = _____
4. ள் + ஐ = _____
5. ன் + ஐ = _____
6. ங் + ஐ = _____
7. ந் + ஐ = _____
8. ச் + ஐ = _____
9. ட் + ஐ = _____
10. ப் + ஐ = _____
11. ல் + ___ = லை
12. ___ + ஐ = தை
13. ண் + ___ = ணை
14. ழ் + ___ = ழை
15. ___ + ஐ = ரை

3. திருக்குறளைப் படித்துப் பழகுக:

உடுக்கை இழந்தவன் கைபோல ஆங்கே
இடுக்கண் களைவதாம் நட்பு.

அன்பிலார் எல்லாம் தமக்குரியர் அன்புடையார்
என்பும் உரியர் பிறர்க்கு.

கற்க கசடற கற்பவை கற்றபின்
நிற்க அதற்குத் தக.

வெள்ளத் தனைய மலர்நீட்டம் மாந்தர்தம்
உள்ளத் தனையது உயர்வு.

முயற்சி திருவினை யாக்கும் முயற்றின்மை
இன்மை புகுத்தி விடும்.

(திருவள்ளுவர்)

பயிற்சி 14

80

4. வாக்கியங்களைப் படித்துப் பழகுக:

1. பாவை துணியைத் தைத்தாள்.

2. வீணை இசை இனிமையானது.

3. மகனை ஆசையுடன் வரவேற்றனர்.

4. நாளை காலை அழகி வருவாள்.

5. ஆமை அசைந்து அசைந்து நகரும்.

6. நான் மேடையில் ஏறி பாடினேன்.

7. அத்தை குழந்தைக்கு வாழைப்பழம் தந்தார்.

8. கலையரசி ரவை உப்புமாவைச் சாப்பிட்டாள்.

9. பெரிய மலையைக் கண்டு வியந்தேன்.

10. வைகை நதியைக் காண ஓடினேன்.

11. திருக்குறளைப் படித்தால் நன்மை பயக்கும்.

12. அதிக தூக்கம் தீமை பயக்கும்

13. பாதையில் தலை வைத்துப் படுக்காதே.

14. கழுதை பாறையில் ஏறி தலைகீழாக விழுந்தது.

15. குதிரை மலையின் உச்சி வரை சென்றது.

பாடம் 15

1. கற்க வேண்டிய எழுத்துகள்:

க் (ik)	ங் (ing)	ச் (ich)	ஞ் (inj)	ட் (it)	ண் (iNn)
த் (ith)	ந் (iNth)	ப் (ip)	ம் (im)	ய் (iy)	ர் (ir)
ல் (il)	வ் (iv)	ழ் (izhl)	ள் (ILl)	ற் (iRr)	ன் (in)

க் + ஒ = கொ
ங் + ஒ = ஙொ

கொ (koh)	ஙொ (noh)	சொ (choh)	ஞொ (njoh)	டொ (toh)	ணொ (Noh)
தொ (thoh)	நொ (Noh)	பொ (poh)	மொ (moh)	மொ (yoh)	ரொ (roh)
லொ (loh)	வொ (voh)	ழொ (zhloh)	ளொ (Lloh)	றொ (Rroh)	னொ (noh)

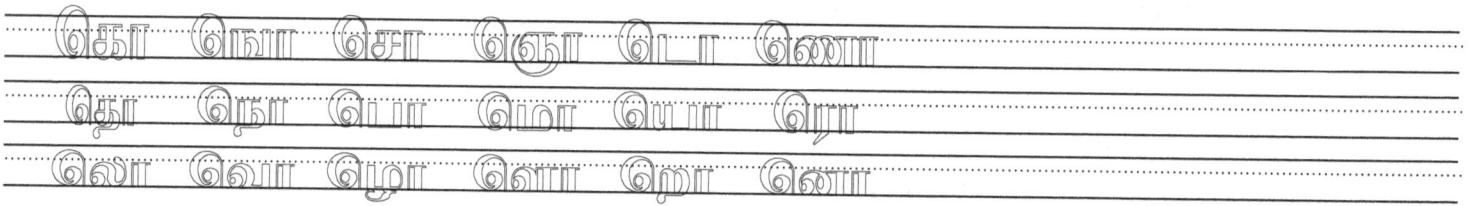

கொ ஙொ சொ ஞொ டொ ணொ
தொ நொ பொ மொ யொ ரொ
லொ வொ ழொ ளொ றொ னொ

2. பட அகராதி:

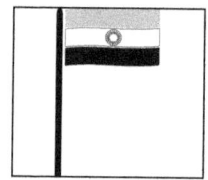

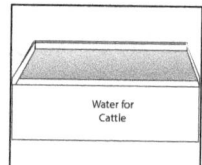

கொடி

சொம்பு

தொட்டி

பொம்மை

மொட்டை

ரொட்டி

3. வாசித்துப் பழகுக:

லொட லொட தொள தொள
கொழ கொழ கொழு கொழு

கொடி நொடி பொடி மொழி
கொல் சொல் கொடு தொடு
பொன் தொழு பொய் மொய்

4. கற்க வேண்டிய எழுத்துகள்:

க் (ik)	ங் (ing)	ச் (ich)	ஞ் (inj)	ட் (it)	ண் (iNn)
த் (ith)	ந் (iNth)	ப் (ip)	ம் (im)	ய் (iy)	ர் (ir)
ல் (il)	வ் (iv)	ழ் (izhl)	ள் (ILl)	ற் (iRr)	ன் (in)

க் + ஒ = கொ

ங் + ஒ = ஙொ

கொ (koh)	ஙொ (noh)	சொ (choh)	ஞொ (njoh)	டொ (toh)	ணொ (Noh)
தொ (thoh)	நொ (Noh)	பொ (poh)	மொ (moh)	மொ (yoh)	ரொ (roh)
லொ (loh)	வொ (voh)	ழொ (zhloh)	ளொ (Lloh)	றொ (Rroh)	னொ (noh)

கொ ஙொ சொ ஞொ டொ ணொ

தொ நொ பொ மொ யொ ரொ

லொ வொ ழொ ளொ றொ னொ

5. வாசித்துப் பழகுக:

கொசு	கொலை	கொடை	தொடை
கொடு	தொடு	தொகு	பொசி
கொதி	பொதி	பொது	பொறு
சொரை	பொறை	கொடா	தொடா
கொரி	சொரி	பொரி	பொறி
கொக்கு	சொக்கு	தொக்கு	நொக்கு
கொன்று	பொன்று	நொந்து	பொந்து

6. கற்க வேண்டிய எழுத்துகள்:

க் (ik)	ங் (ing)	ச் (ich)	ஞ் (inj)	ட் (it)	ண் (iNn)
த் (ith)	ந் (iNth)	ப் (ip)	ம் (im)	ய் (iy)	ர் (ir)
ல் (il)	வ் (iv)	ழ் (izhl)	ள் (ILl)	ற் (iRr)	ன் (in)

க் + ஒ = கொ

ங் + ஒ = ஙொ

கொ (koh)	ஙொ (noh)	சொ (choh)	ஞொ (njoh)	டொ (toh)	ணொ (Noh)
தொ (thoh)	நொ (Noh)	பொ (poh)	மொ (moh)	யொ (yoh)	ரொ (roh)
லொ (loh)	வொ (voh)	ழொ (zhloh)	ளொ (Lloh)	றொ (Rroh)	னொ (noh)

கொ ஙொ சொ ஞொ டொ ணொ

தொ நொ பொ மொ யொ ரொ

லொ வொ ழொ ளொ றொ னொ

7. வாசித்துப் பழகுக:

பொம்மை	கொய்யா	சொத்தை
கொல்லை	தொல்லை	தொப்பை
கொலுசு	சொகுசு	பொசுக்கு
கொண்டை	தொண்டை	சொந்தம்
கொட்டை	சொட்டை	மொட்டை
பொக்கை	மொக்கை	பொய்கை
தொடர்பு	தொடக்கம்	தொன்மை
பொங்கல்	பொட்டல்	சொற்கள்
சொல்வேன்	கொல்வேன்	தொலைந்தேன்
கொடுத்தேன்	தொடுவேன்	தொழுவேன்
வானொலி	தொலைவு	தொலைக்காட்சி

பயிற்சி 15

1. <u>கோடிட்டுப் பொருத்துக.</u>

 ●   ● பொம்மை

 ●   ● தொட்டி

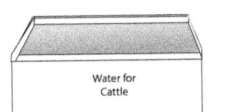 ●   ● கொடி

 ●   ● ரொட்டி

 ●   ● சொம்பு

 ●   ● மொட்டை

2. கோடிட்ட இடங்களை நிரப்புக:

1. க் + ஒ = _____
2. ற் + ஒ = _____
3. ய் + ஒ = _____
4. ள் + ஒ = _____
5. ன் + ஐ = _____
6. ங் + ஒ = _____
7. ந் + ஒ = _____
8. ச் + ஒ = _____
9. ட் + ஒ = _____
10. ப் + ஒ = _____
11. ல் + _____ = லொ
12. _____ + ஒ = தொ
13. ண் + _____ = ணொ
14. ழ் + _____ = ழொ
15. _____ + ஒ = ரொ

3. எழுத்துக்களைச் சேர்த்து சொற்களை எழுதுக:

மொ	நொ	ட்
டி	லை	தொ
பொ	கொ	டு

1. _____
2. _____
3. _____
4. _____
5. _____

4. வாக்கியங்களைப் படித்துப் பழகுக:

1. நான் சொல்கிறேன்.
2. பொய் சொல்லாதே.
3. தொட்டியில் நீர் இருக்கிறது.
4. பொம்மை அழகாய் உள்ளது.
5. தொண்டை வலிக்கிறது.
6. மழை கொட்டுகிறது.
7. பொங்கல் தமிழர் விழா.
8. தொல்லை தராதே.

5. திருக்குறளைப் படித்துப் பழகுக:

குறிப்பிற் குறிப்புணர் வாரை உறுப்பினுள்
யாது கொடுத்தும் கொளல்.

அரும்பயன் ஆயும் அறிவினார் சொல்லார்
பெரும்பயன் இல்லாத சொல்.

தொட்டனைத் தூறும் மணற்கேணி மாந்தர்க்குக்
கற்றனைத் தூறும் அறிவு.

பொய்மையும் வாய்மை யிடத்த புரைதீர்ந்த
நன்மை பயக்கும் எனின்.

கேடில் விழுச்செல்வம் கல்வி யொருவற்கு
மாடல்ல மற்றை யவை.

(திருவள்ளுவர்)

பாடம் 16

1. கற்க வேண்டிய எழுத்துகள்:

க் (ik)	ங் (ing)	ச் (ich)	ஞ் (inj)	ட் (it)	ண் (iNn)
த் (ith)	ந் (iNth)	ப் (ip)	ம் (im)	ய் (iy)	ர் (ir)
ல் (il)	வ் (iv)	ழ் (izhl)	ள் (ILl)	ற் (iRr)	ன் (in)

க் + ஓ = கோ

ங் + ஓ = ஙோ

கோ (kohh)	ஙோ (nohh)	சோ (chohh)	ஞோ (njohh)	டோ (tohh)	ணோ (Nohh)
தோ (thohh)	நோ (Nohh)	போ (pohh)	மோ (mohh)	யோ (yohh)	ரோ (rohh)
லோ (lohh)	வோ (vohh)	ழோ (zhlohh)	ளோ (Llohh)	றோ (Rrohh)	னோ (nohh)

கோ ஙோ சோ ஞோ டோ ணோ

தோ நோ போ மோ யோ ரோ

லோ வோ ழோ ளோ றோ னோ

2. பட அகராதி:

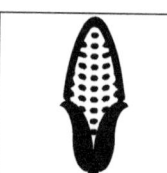

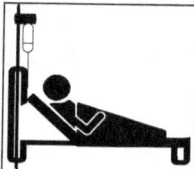

கோழி

சோளம்

தோட்டம்

நாடோடி

நோயாளி

மோதிரம்

3. வாசித்துப் பழகுக:

போ	கோல்	தோல்	போல்
கோடு	தோடு	போடு	தோசை
கோடி	தோடி	கோழி	தோழி
கோலி	போலி	நோய்	போய்
கோள்	தோள்	போர்	மோர்
சோறு	மோதி	தோது	போது
கோடை	சோடை	கோரை	கோவை
கோணி	தோணி	கோழை	மோனை

4. <u>கற்க வேண்டிய எழுத்துகள்:</u>

க் (ik)	ங் (ing)	ச் (ich)	ஞ் (inj)	ட் (it)	ண் (iNn)
த் (ith)	ந் (iNth)	ப் (ip)	ம் (im)	ய் (iy)	ர் (ir)
ல் (il)	வ் (iv)	ழ் (izhl)	ள் (ILl)	ற் (iRr)	ன் (in)

க் + ஓ = கோ

ங் + ஓ = ஙோ

கோ (kohh)	ஙோ (nohh)	சோ (chohh)	ஞோ (njohh)	டோ (tohh)	ணோ (Nohh)
தோ (thohh)	நோ (Nohh)	போ (pohh)	மோ (mohh)	யோ (yohh)	ரோ (rohh)
லோ (lohh)	வோ (vohh)	ழோ (zhlohh)	ளோ (Llohh)	றோ (Rrohh)	னோ (nohh)

கோ ஙோ சோ ஞோ டோ ணோ

தோ நோ போ மோ யோ ரோ

லோ வோ ழோ ளோ றோ னோ

5. <u>வாசித்துப் பழகுக:</u>

சோலை
கோலம்
நோன்பு
போட்டு
கோபுரம்
கோதுமை
தோரணை
யோகம்
நோக்கி
செல்கிறோம்
ஓடுகிறோம்
ஆடுவோம்
செல்வோம்

கிலோ
கோபம்
தோப்பு
போட்டி
கோட்டம்
போர்வை
நாடோடி
யோசனை
நோக்கம்
செய்கிறோம்
பாடுகிறோம்
ஓடுவோம்
செய்வோம்

கோளம்
கோப்பை
கோணம்
கோவில்
தோட்டம்
மோதிரம்
மோகம்
யோகி
போகிறேன்
கொடுக்கிறோம்
நாடுகிறோம்
பாடுவோம்
சொல்வோம்

சோளம்
கோட்டை
தோழன்
நோயாளி
நோட்டம்
மோசம்
சோகம்

பயிற்சி 16

1. <u>கோடிட்டுப் பொருத்துக:</u>

 ●
　　　　　　　　　　　　　　　　　　● சோளம்

 ●
　　　　　　　　　　　　　　　　　　● கோழி

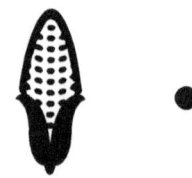 ●
　　　　　　　　　　　　　　　　　　● நாடோடி

 ●
　　　　　　　　　　　　　　　　　　● நோயாளி

 ●
　　　　　　　　　　　　　　　　　　● மோதிரம்

 ●
　　　　　　　　　　　　　　　　　　● தோட்டம்

2. <u>கோடிட்ட இடங்களை நிரப்புக:</u>

1.	க்	+	ஓ	=	______
2.	ற்	+	ஓ	=	______
3.	ய்	+	ஓ	=	______
4.	ள்	+	ஓ	=	______
5.	ன்	+	ஓ	=	______
6.	ங்	+	ஓ	=	______
7.	ந்	+	ஓ	=	______
8.	ச்	+	ஓ	=	______
9.	ட்	+	ஓ	=	______
10.	ப்	+	ஓ	=	______
11.	ல்	+	______	=	லோ
12.	_____	+	ஓ	=	கோ
13.	ண்	+	______	=	ணோ
14.	ழ்	+	______	=	ழோ
15.	_____	+	ஓ	=	ரோ

3. <u>எழுத்துக்களைச் சேர்த்து சொற்களை எழுதுக:</u>

மோ	லி	ழி
ர	ல்	தோ
போ	கோ	டு

1. ______________________
2. ______________________
3. ______________________
4. ______________________
5. ______________________

4. வாக்கியங்களைப் படித்துப் பழகுக:

1.   கோடு போடு.

2.   கோவில் கோபுரம் உயரமானது.

3.   ஒரு கிலோ அரிசி கொடுங்கள்.

4.   நான் வீட்டிற்குப் போகிறேன்.

5.   பள்ளியிலிருந்து சுற்றுலா செல்கிறோம்.

6.   ஒன்றாய் செய்வோம்.

7.   மாந்தோப்பில் குமரன் இருக்கிறான்.

8.   பாட்டுப் போட்டி நடக்கிறது.

5. திருக்குறளைப் படித்துப் பழகுக::

தோன்றின் புகழொடு தோன்றுக அஃதிலார்
தோன்றலின் தோன்றாமை நன்று.

புகழ்பட வாழாதார் தநோவார் தம்மை
இகழ்வாரை நோவது எவன்.

ஆகாறு அளவிட்டி தாயினுங் கேடில்லை
போகாறு அகலாக் கடை.

விலங்கொடு மக்கள் அனையர் இலங்குநூல்
கற்றாரோடு ஏனை யவர்.

ஈன்றாள் பசிகாண்பான் ஆயினுஞ் செய்யற்க
சான்றோர் பழிக்கும் வினை.

(திருவள்ளுவர்)

பாடம் 17

1. கற்க வேண்டிய எழுத்துகள்:

க் (ik)	ங் (ing)	ச் (ich)	ஞ் (inj)	ட் (it)	ண் (iNn)
த் (ith)	ந் (iNth)	ப் (ip)	ம் (im)	ய் (iy)	ர் (ir)
ல் (il)	வ் (iv)	ழ் (izhl)	ள் (ILl)	ற் (iRr)	ன் (in)

க் + ஔ = கௌ
ங் + ஔ = ஙௌ

கௌ (kow)	ஙௌ (ngow)	சௌ (chow)	ஞௌ (njow)	டௌ (tow)	ணௌ (Now)
தௌ (thow)	நௌ (Now)	பௌ (pow)	மௌ (mow)	யௌ (yow)	ரௌ(row)
லௌ (low)	வௌ (vow)	ழௌ (zhlow)	ளௌ (Llow)	றௌ (Rrow)	னௌ (now)

கௌ ஙௌ சௌ ஞௌ டௌ ணௌ

தௌ நௌ பௌ மௌ யௌ ரௌ

லௌ வௌ ழௌ ளௌ றௌ னௌ

2. பட அகராதி:

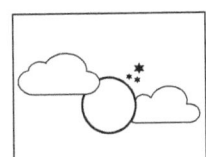

கௌதாரி

கௌளி

பௌர்ணமி

பௌதம்

மௌனம்

வௌவால்

3. வாசித்துப் பழகுக:

கௌரி	கௌதமன்	கௌதாரி
கௌரவம்	கௌமாரம்	கௌளி
சௌரி	சௌந்தர்யம்	சௌக்கியம்
பௌத்தம்	பௌவம்	மௌனம்
பௌர்ணமி	மௌவல்	மௌரியர்
மௌடீகம்	யௌவனம்	வௌவால்

பயிற்சி 17

1. <u>கோடிட்டுப் பொருத்துக</u>:

 •   • பௌர்ணமி

 •   • மௌனம்

 •   • வௌவால்

 •   • கௌதாரி

 •   • பௌத்தம்

 •   • கௌளி

2. நிரப்புக:

பௌ	கௌ	ஔ	வௌ	மௌ

[ ] தாரி [ ] வால் [ ] னம்

[ ] வையார் [ ] ர்ணமி

3. வாக்கியங்களைப் படித்துப் பழகுக:

1. புத்தரின் இயற்பெயர் கௌதமன்.
2. வௌவால் ஒரு பறவை.
3. மௌனம் சம்மதத்திற்கு அறிகுறி.
4. முழு நிலா வரும் நாள் பௌர்ணமி.
5. சபையில் கௌரவம் காக்க வேண்டும்.

4. கோடிட்ட இடங்களை நிரப்புக:

1. ந் + உ = ______
2. ல் + ஒ = ______
3. ள் + ஏ = ______
4. ற் + ஆ = ______
5. ப் + ஈ = ______
6. வ் + இ = ______
7. ட் + ஐ = ______
8. ழ் + எ = ______
9. க் + அ = ______
10. த் + ஓ = ______
11. ட் + ______ = டு
12. ர் + ______ = ரெ
13. ப் + ______ = பி
14. ன் + ______ = னோ
15. த் + ______ = த
16. ஞ் + ______ = ஞூ
17. ம் + ______ = மௌ
18. வ் + ______ = வீ
19. ய் + ______ = யா
20. ள் + ______ = ளே

இதர படிக்கும் பயிற்சிகள்

படித்துப் பழகுக:

எண்கள்

ஒன்று
இரண்டு
மூன்று
நான்கு
ஐந்து
ஆறு
ஏழு
எட்டு
ஒன்பது
பத்து

நூறு
இருநூறு
முந்நூறு
நானூறு
ஐந்நூறு
அறுநூறு
எழுநூறு
எண்ணூறு
தொள்ளாயிரம்
ஆயிரம்

உடல் உறுப்புகள்

கண்
முகம்
கால்
முதுகு
வாய்
முட்டி
விரல்
முழங்கால்
நகம்
நாக்கு
கழுத்து
கை
காது
முழங்கை
புருவம்
தலை
இடுப்பு
தொண்டை
உடம்பு
தொடை
வயிறு
தோள்

விலங்குகள்

ஒட்டகம்
ஓணான்
கீரி
அணில்
குரங்கு
ஆமை
பூனை
நாய்
நத்தை
மான்
தவளை
நரி
முதலை
எலி
கழுதை
புலி
குதிரை
கரடி
எருமை
சிங்கம்
முயல்
யானை

பறவைகள்

காகம்
நாரை
கிளி
ஆந்தை
மயில்
காடை
குயில்
சேவல்
கழுகு
கொக்கு
பருந்து
மரங்கொத்தி
வாத்து
கோழி
அன்னம்
கௌதாரி
குருவி
வௌவால்

வண்ணங்கள்

ஆரஞ்சு
ஊதா
கருப்பு
கருநீலம்
பச்சை
மஞ்சள்
நீலம்
சிகப்பு
வெள்ளை
பச்சை

திசைகள்

கிழக்கு
மேற்கு
வடக்கு
தெற்கு
வடகிழக்கு
வடமேற்கு
தென்கிழக்கு
தென்மேற்கு

படித்துப் பழகுக:

பழங்கள்	காய்கறிகள்	உணவு வகைகள்	உறவுப் பெயர்கள்
ஆரஞ்சு	அவரைக்காய்	ஆப்பம்	அப்பா
ஆப்பிள்	உருளைக்கிழங்கு	சோறு	அம்மா
தர்பூசணி	கத்தரிக்காய்	சாம்பார்	அக்கா
பலாப்பழம்	காலிபிளவர்	ரசம்	அண்ணன்
பனம்பழம்	மாங்காய்	பாயசம்	தங்கை
மாம்பழம்	வாழைக்காய்	தயிர்	தம்பி
வாழைப்பழம்	மிளகாய்	இட்லி	தாத்தா
பேரிக்காய்	முருங்கைக்காய்	சப்பாத்தி	பாட்டி
கொய்யாப்பழம்	பூசணிக்காய்	பிரியாணி	மாமா
சீதாப்பழம்	வெண்டைக்காய்	லட்டு	மாமி
அன்னாசிப்பழம்	வெங்காயம்	புட்டு	சித்தப்பா
	கேரட்	உப்புமா	சித்தி
	கொத்தவரங்காய்	குழம்பு	பெரியப்பா
		கூட்டு	பெரியம்மா
		பொங்கல்	அத்தை
		தோசை	அண்ணி

படித்துப் பழகுக:

தமிழ் மாதங்கள்	கிழமைகள்	பருவங்கள்	சிறு பொழுது
சித்திரை	ஞாயிறு	கார்	வைகறை
வைகாசி	திங்கள்	கூதிர் (குளிர்)	விடியல்
ஆனி	செவ்வாய்	முன்பனி	காலை
ஆடி	புதன்	பின்பனி	நண்பகல்
ஆவணி	வியாழன்	இளவேனில்	ஏற்பாடு
புரட்டாசி	வெள்ளி	முதுவேனில்	மாலை
ஐப்பசி	சனி		யாமம்
கார்த்திகை			நடு இரவு
மார்கழி			
தை			
மாசி			
பங்குனி			

படித்துப் பழகுக:

வடிவங்கள்

வட்டம்	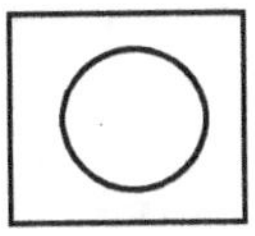		நட்சத்திரம்
நீள்வட்டம்	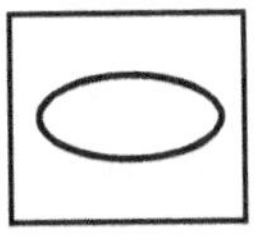		முக்கோணம்
சதுரம்	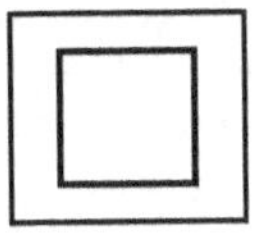	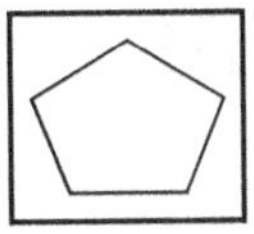	ஐங்கோணம்
நீள்சதுரம்	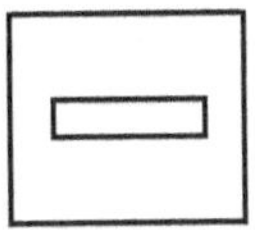	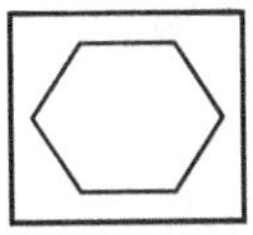	அறுகோணம்
சாய்சதுரம்	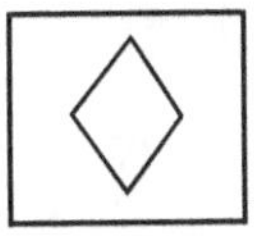	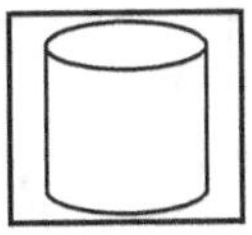	உருளை
கனசதுரம்	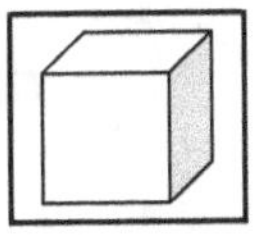	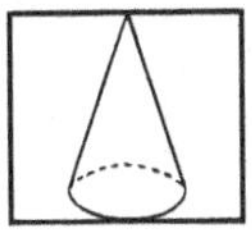	கூம்பு
பிறை			

தமிழ் எழுத்துகள்

	அ ah	ஆ aa	இ ea	ஈ ee	உ wu	ஊ oo	எ eh	ஏ ay	ஐ Ie	ஒ oh	ஓ ohh	ஔ ow
க் Ik	க ka	கா kaa	கி ki	கீ kee	கு ku	கூ koo	கெ keh	கே Kay	கை kie	கொ koh	கோ kohh	கௌ kow
ங் ing	ங ing	ஙா ingaa	ஙி ingi	ஙீ ingee	ஙு ingu	ஙூ ingoo	ஙெ ineh	ஙே ngay	ஙை ingai	ஙொ ingoh	ஙோ ingohh	ஙௌ ingow
ச் ich	ச cha	சா chaa	சி chi	சீ chee	சு su	சூ choo	செ cheh	சே chay	சை chie	சொ choh	சோ chohh	சௌ chow
ஞ் inj	ஞ nja	ஞா njaa	ஞி nji	ஞீ njee	ஞு nju	ஞூ njoo	ஞெ njeh	ஞே njay	ஞை njie	ஞொ njoh	ஞோ njohh	ஞௌ njow
ட் it	ட ta	டா taa	டி ti	டீ tee	டு tu	டூ too	டெ teh	டே tay	டை Tie	டொ toh	டோ tohh	டௌ tow
ண் iNn	ண Nna	ணா Nnaa	ணி Nni	ணீ Nnee	ணு Nnu	ணூ Nnoo	ணெ Nneh	ணே Nnay	ணை Nnai	ணொ Nnoh	ணோ Nnohh	ணௌ Nnow
த் ith	த tha	தா thaa	தி thi	தீ thee	து Thu	தூ thoo	தெ theh	தே thay	தை thie	தொ thoh	தோ thohh	தௌ thow
ந் inth	ந Na	நா naa	நி ni	நீ nee	நு nu	நூ noo	நெ Neh	நே nay	நை nie	நொ noh	நோ nohh	நௌ now
ப் ip	ப pa	பா paa	பி pi	பீ pee	பு pu	பூ poo	பெ peh	பே pay	பை pie	பொ poh	போ pohh	பௌ pow
ம் im	ம ma	மா maa	மி mi	மீ mee	மு mu	மூ moo	மெ meh	மே may	மை mie	மொ moh	மோ mohh	மௌ mow
ய் iy	ய ya	யா yaa	யி yi	யீ yee	யு yu	யூ yoo	யெ yeh	யே yay	யை yie	யொ yoh	யோ yohh	யௌ yow
ர் Ir	ர ra	ரா raa	ரி ri	ரீ ree	ரு ru	ரூ roo	ரெ reh	ரே ray	ரை rie	ரொ roh	ரோ rohh	ரௌ row
ல் il	ல la	லா laa	லி li	லீ lee	லு lu	லூ loo	லெ leh	லே lay	லை lie	லொ loh	லோ lohh	லௌ low
வ் iv	வ va	வா vaa	வி vi	வீ vee	வு vu	வூ voo	வெ veh	வே vay	வை vie	வொ voh	வோ vohh	வௌ vow
ழ் izhl	ழ zhla	ழா zhlaa	ழி zhli	ழீ zhlee	ழு zhlu	ழூ zhloo	ழெ zhleh	ழே zhlay	ழை zhlie	ழொ zhlo	ழோ zhlohh	ழௌ zhlow
ள் iLl	ள Lla	ளா Llaa	ளி Lli	ளீ Llee	ளு Llu	ளூ Lloo	ளெ Lleh	ளே Llay	ளை Llie	ளொ Lloh	ளோ Llohh	ளௌ Llow
ற் iRr	ற Rra	றா Rraa	றி Rri	றீ Rree	று Rru	றூ Rroo	றெ Reeh	றே Rray	றை Rrie	றொ Rroh	றோ Rrohh	றௌ Rrow
ன் in	ன na	னா naa	னி ni	னீ nee	னு nu	னூ noo	னெ neh	னே nay	னை nie	னொ noh	னோ nohh	னௌ now

அகராதி

அகப்பை	Ladle
அகம்	Face,heart,mind
அகல்	Diya,lamp
அக்கா	Elder sister
அசை	Move
அஞ்சி	Afraid
அடம்	Stubborn
அடி	Beating
அடி	Foot
அடை	Dosa made with lentils(food)
அடை	Reach
அணி	Team
அணி	Wear
அணில்	Squirrel
அணு	Atom
அணை	Extinguish
அணை	Hug
அண்ணன்	Elder brother
அண்ணி	Sister-in-law
அது	That
அதை	It
அத்தை	Aunt
அப்பா	Father
அமை	Constitute,set up
அம்மா	Mother
அரண்	Fortification
அரை	Half
அலை	Wave
அல்லி	Lily
அவரைக்காய்	Beans
அவர்	He
அவள்	She
அவன்	He
அவி	Bake
அவை	They
அள்ளி	Carry
அறம்	Virtue
அறுகோணம்	Hexagon
அறுநூறு	Six hundred

அனுப்பு	Send
அன்னம்	Swan
அன்னாசிப்பழம்	Pineapple
ஆசி	Blessing
ஆசை	Desire
ஆடி	Tamil month Aadi
ஆடி	To dance
ஆடினேன்	I danced
ஆடு	Dance
ஆடுவோம்	Let's dance
ஆடை	Garment
ஆட்டம்	Play
ஆணி	Nail
ஆண்	Male
ஆதி	Beginning
ஆந்தை	Owl
ஆப்பம்	Aappam(food)
ஆப்பிள்	Apple
ஆமை	Tortoise
ஆயிரம்	Thousand
ஆரஞ்சு	Orange
ஆரம்	Radius
ஆலமரம்	Banyan
ஆலயம்	Temple
ஆல்	Banyan
ஆவணி	Tamil month Avani
ஆவி	Steam
ஆவி	Ghost
ஆழம்	Depth
ஆழி	Sea
ஆழி	Wheel
ஆள்	Person
ஆறு	River
ஆனி	Tamil month Aani
இகழேல்	Don't Disdain
இசை	Music
இஞ்சி	Ginger
இடம்	Location
இடி	Thunder
இடு	Lay

அகராதி

இடுப்பு	Hip
இடை	Waist
இட்லி	Idli
இதம்	Gratify
இது	This
இதை	This
இமை	Blink
இயல்	Literary,chapter
இரண்டு	Two
இரவு	Night
இரு	Be
இரு	Two
இருநூறு	Two hundred
இரை	Bait,food
இரை	Buzz,bustle,roar
இரை	Pant
இலை	Leaf
இவர்	He is
இவை	These are
இளநீர்	Tender coconut
இளவேனில்	Spring season
இளி	Giggle
இனம்	Kind
இனி	Henceforth
இன்பம்	Joy
ஈ	Fly
ஈசல்	Termite
ஈச்சம்	Dates tree
ஈடு	Compensation
ஈட்டி	Spear
ஈயம்	Lead
ஈரம்	Moisture
ஈழம்	Proper noun
ஈறு	Gum
ஈறு	The last one,ending
உடம்பு	Body
உடல்	Body
உடுப்பு	Clothes
உடும்பு	Iguana
உடை	Break
உப்பு	Salt
உப்புமா	Upma(food)
உயரம்	Height
உயிர்	Life
உரம்	Fertilizer
உருளை	Cylinder
உருளைக்கிழங்கு	Potato
உரை	Text,speak
உலகம்	World
உலை	Furnace
உழிஞை	A kind of cotton shrub
உளி	Chisel
உள்	Interior
உள்ளே	In
உள்ளேன்	I was
உறவு	Relationship
உன்	Your
ஊக்கம்	Energy,encouragement
ஊசி	Needle
ஊஞ்சல்	Swing
ஊட்டம்	Nourishment
ஊட்டி	Feed
ஊண்	Meat
ஊதா	Purple
ஊதி	Blow
ஊது	Blow
ஊமை	Dumb
ஊர்	Town
ஊழ்	Destiny
எங்கள்	Our
எச்சம்	Residues
எடு	Take
எடை	Weight
எட்டி	Reach
எட்டு	Eight
எண்	Number
எண்ணூறு	Eight hundred
எண்ணெய்	Oil
எது	Which one
எரு	Manure

அகராதி

எருமை	Water buffalo
எலி	Rat
எவர்	Who
எவை	Which
எழுநூறு	Seven hundred
எள்	Sesame
என்	My
ஏக்கம்	Longing,craving,yearning
ஏசு	Abuse
ஏடு	Book
ஏணி	Ladder
ஏப்பம்	Burping
ஏய்	Hey
ஏர்	Air
ஏவி	Launch
ஏழு	Seven
ஏற்பாடு	Afternoon
ஏறு	Climb
ஏற்றம்	Ascent
ஏன்	Why
ஐகாரம்	The letter ஐ
ஐங்கோணம்	Pentagon
ஐந்து	Five
ஐந்நூறு	Five hundred
ஐப்பசி	Tamil month Aippasi
ஐயம்	Doubt
ஐவர்	Five
ஒட்டகம்	Camel
ஒப்பம்	Comparison
ஒரு	One, The article a
ஒலி	Sound
ஔடதம்	Medicine
ஔவை	Proper noun
ஒளி	Light
ஒற்றன்	Spy
ஒன்பது	Nine
ஒன்று	One
ஓசை	Sound
ஓடம்	Boat
ஓடி	Ran
ஓடு	Run
ஓடுகிறோம்	We're running
ஓடுவோம்	Let's run
ஓடை	Stream
ஓட்டம்	Running
ஓணான்	Chameleon
ஓரம்	Margin
ஓலம்	Wail
கங்கணம்	To resolve
கங்கணம்	Bracelet
கங்கன்	Proper noun
கசடற	With out any mistakes
கசி	Leak
கசை	Whip
கஞ்சம்	A goblet drinking vessel
கஞ்சி	Porridge
கட கட	Identical rhyme for fast
கடம்	A clay musical instrument
கடலன்	Proper noun
கடி	Bite
கடுப்பு	Bitterness
கடை	Shop
கட்டணம்	Fee
கட்டம்	Phase,grid
கட்டி	Lump
கட்டு	Tie
கணம்	Moment
கணல்	Climate
கணீர்	Loudly
கணு	Node
கணை	Arrow
கண்	Eye
கண்டம்	Continent
கண்டேன்	I have seen
கண்ணீர்	Tear
கண்மை	Eyeball
கத கத	Identical rhyme for warmth
கதர்	Khadhi
கதவு	Door
கதி	Speed

அகராதி

கத்தரிக்காய்	Brinjal,eggplant
கத்து	Cry
கந்தம்	Fragrance
கந்தா	Proper noun
கப கப	Identical rhyme for heat, hunger
கபம்	Phlegm
கம கம	Identical rhyme for aromatic
கம்பி	Wire
கம்மல்	Earring
கயல்	Fish
கர கர	Identical rhyme for hoarse
கரடி	Bear
கரணம்	Cart-wheel
கரம்	Hand
கரவேல்	Don't hide
கரி	Charcoal
கரு	Embryo
கருத்து	Intention,thought
கருநீலம்	Dark blue
கருப்பு	Black
கரும்பு	Sugar cane
கரூர்	Proper noun
கரை	Melt
கரை	Rivage
கரை	Selvedge
கல கல	Identical rhyme for sound
கலகம்	Insurrection
கலம்	Earthenware
கலி	Sound
கலை	Art
கல்	Stone
கல்லாடன்	Proper noun
கல்லூரி	College
கவளம்	Mouthful
கவி	Poet
கழல்	Leg
கழல்	Being loosened
கழி	Pole
கழி	Subtract

கழுகு	Eagle
கழுதை	Donkey
கழுத்து	Neck
களம்	Domain
களி	Clay
களி	Pudding
களி	Rejoice
களேபரம்	Confusion
களை	Weed
கள்ளம்	Deception
கள்ளன்	Thief
கறி	Meat
கறை	Blemish,stain
கற்க	To learn
கற்கள்	Stones
கற்பகம்	A miraculous tree in the world of indra yielding whatever desired
கற்பூரம்	Camphor
கன கன	Identical rhyme for weight
கனசதுரம்	Cube
கனம்	Honor
கனி	Fruit
கன்று	Calf
கன்னம்	Cheek
காகம்	Crow
காக்க	To protect
காக்கை	Crow
காசி	Proper noun
காசு	Coin
காடு	Forest
காடை	Quail
காட்டி	Show,cursor
காணி	Land
காண்	View
காதம்	Ten miles
காது	Ear
காந்தம்	Magnet
காந்தன்	Proper noun
காயம்	Injury

அகராதி

காயா	The name of a shrub with blue flowers
காய்	Vegetable
காரம்	Spicy
கார்	Black
கார்	Rainy season
கார்த்திகை	Tamil month Karthigai
காலம்	Time
காலி	Empty
காலிபிளவர்	Cauliflower
காலை	Morning
கால்	Leg
காவி	Saffron
காழகம்	Dress with the border
காளான்	Mushroom
காளி	Proper noun
காளை	Bull
கானம்	Song
கிண்ணம்	Bowl
கிரி	Boar
கிரி	Mountain
கிலி	Terror
கிலோ	Kilos
கிழக்கு	East
கிழி	Tear
கிளி	Parrot
கிளை	Branch
கிள்ளி	Pinch
கீரி	Mongoose
கீழே	Below
கீழ்	Bottom
குடி	Drink
குடும்பம்	Family
குடை	Umbrella
குட்டி	Cub,baby
குட்டு	To cuff on another's head with the knuckles
குட்டை	Puddle
குண்டு	Bomb
குண்டூசி	Pin

குதிரை	Horse
குத்து	Stab
குயில்	Cuckoo
குரங்கு	Monkey
குருவி	Sparrow
குலை	Bunch
குவி	Accumulate
குழம்பு	Soup
குழு	Group
குளிர்	Winter season
குறுத்து	Short
குறை	Decrease
குனி	Crouch
குன்று	Hill
கூச்சம்	Shyness
கூடை	Basket
கூட்டம்	Meeting
கூட்டம்	Crowd
கூட்டு	Add
கூட்டு	Intermixture of vegetables & dried legumes
கூதிர்	Winter season
கூந்தல்	Hair
கூம்பு	Cone
கூரை	Roof
கூற்று	Utterance
கெடு	Deadline or damage
கெட்டி	Thick
கெட்டு	Spoiled
கேசம்	Hair
கேடயம்	Shield
கேடி	Thug,bully
கேடு	Evil
கேட்டேன்	I asked
கேணி	Well
கேரட்	Carrot
கேலி	Mockery
கேவலம்	Shame
கேழ்வரகு	Ragi,finger millet
கேள்	Hear

அகராதி

கேள்வி	Question
கை	Hand
கைதி	Captive
கொக்கி	Hook
கொக்கு	Crane
கொங்கு	Kongu - particular area in the western coast of Tamil Nadu
கொசு	Mosquito
கொச்சை	Vulgarity
கொஞ்சம்	Just a little
கொடா	Default
கொடி	Flag
கொடு	Give
கொடுக்கிறோம்	We are giving
கொடுத்தேன்	I gave
கொடை	Donations
கொட்டு	Shed,pour out
கொட்டு	Beat a drum
கொட்டை	Nut
கொண்டை	Crest,hairbun
கொதி	Boil
கொத்தவரங்காய்	Kind of beans
கொத்து	Bunch
கொம்பு	Horn
கொய்யா	Guava
கொய்யாப்பழம்	Guava
கொரி	Muzzle of a young calf
கொலுசு	Anklet
கொலை	Murder
கொல்	Kill
கொல்லை	Backyard
கொல்வேன்	I'll kill
கொழ கொழ	Identical rhyme for mushy
கொழு கொழு	Identical rhyme for fat
கொழுப்பு	Fat
கொன்று	Killing
கோடி	Crore
கோடு	Line
கோடை	Summer
கோட்டம்	County
கோட்டை	Castle,fort
கோணம்	Angle
கோணி	Burlap bag
கோதுமை	Wheat
கோபம்	Anger
கோபுரம்	Tower
கோப்பை	Cup
கோரை	Weed,reed,sedge
கோலம்	Kolam(A geomentrical drawing at the enterance,or courtyard)
கோலி	Round glass marbles
கோல்	Rod
கோவில்	Temple
கோவை	Proper noun
கோழி	Chicken,hen
கோழை	Coward
கோளம்	Sphere
கோள்	Planet
கௌதமன்	Proper noun
கௌதாரி	Grey francolin
கௌமாரம்	Childhood
கௌமாரம்	Exclusive worship of Lord Muruga
கௌரவம்	Dignity,honor,pride
கௌரி	Proper noun
கௌளி	Lizard
சக்கரம்	Wheel
சங்கம்	Society
சங்கவன்	Proper noun
சங்கு	Siren
சட சட	Identical rhyme for force
சட்டம்	Law
சதம்	Hundred
சதம்	Leaf
சதம்	feather
சதுரம்	Square
சத்தம்	Sound
சத்து	Nutritious

அகராதி

சந்து	Lane
சந்தை	Market
சபை	Council
சப்பாத்தி	Chapathi(food)
சர சர	Identical rhyme for rustle
சரணம்	Surrender
சரம்	String
சரி	Okay
சல சல	Identical rhyme for splash
சவ சவ	Identical rhyme for gummy
சளி	Phlegm
சறுக்கு	Slide
சனி	Saturday
சன்னல்	Window
சாணி	Dung
சாண்	Palm Span
சாதம்	Boiled rice
சாது	Saint
சாந்தம்	Calmness
சாம்பார்	Sambar(food)
சாய	Leaning
சாயம்	Paint,dye
சாய்	Tilt
சாய்சதுரம்	Rhombus
சார	To depend
சாரம்	Essence
சாரம்	Scaffolding
சார்	Sir
சாலை	Road
சாவு	Death
சான்று	Evidence
சிகப்பு	Red
சிங்கம்	Lion
சிசு	Child
சித்தப்பா	Uncle
சித்தி	Aunt
சித்திரை	Tamil month Chithirai
சிந்து	Spill
சிரி	Laugh
சிலை	Statue
சிறை	Prison
சீக்கிரம்	Haste
சீட்டி	Whistle
சீதாப்பழம்	Custard apple
சீப்பு	Comb
சீரகம்	Cumin
சீர்	Seer
சீவல்	Betal nut
சீவி	Resect
சீழ்	Pus
சீனி	Sugar
சுடு	Burn
சுடு	Shoot
சுட்டி	Mouse
சுபம்	Happy ending
சுறுசுறுப்பு	Agility
சூரியன்	The sun
சூலம்	Trident
சூலாயுதம்	Trident as a weapon
சூறாவளி	Typhoon
சூனியக்காரி	Witch
செங்கல்	Brick
செங்காந்தள்	Gloriosa lily
செட்டு	Thrift
செண்டு	Bouquet
செண்பகம்	Champak
செந்தமிழ்	Classical Tamil
செப்பனிடு	Renovate
செப்பு	Copper
செப்பு	To tell
செம்பு	Copper
செம்மை	Refinement
செயல்	Action
செய்	Do
செய்கிறோம்	We are doing
செய்யுள்	Verse
செய்யோம்	We won’t do it
செய்வோம்	We will do it
செல்	Go
செல்கிறோம்	Will go

அகராதி

செல்லம்	Dear
செல்லாது	Invalid
செல்வோம்	We will go
செவிடு	Deafness
செவ்வாய்	Tuesday,Mars
செறிவு	Concentration,intensity
சென்று	Go
சென்றேன்	I went
சேடி	Handmaid
சேதம்	Damage
சேமியா	Vermicelli
சேய்	Child
சேய்	Redness
சேய்	Distance
சேரன்	Proper noun
சேர்	Add
சேவல்	Rooster
சேறு	Mud
சைகை	Gesture
சொகுசு	Luxury
சொக்கி	Stupor
சொக்கு	Sleepiness
சொட்டு	Drop
சொட்டை	Baldness
சொத்து	Property
சொத்தை	Decayed teeth
சொந்தம்	Owned
சொப்பு	Toy
சொம்பு	Vessel
சொறி	Scratch
சொரை	Bottle gourd
சொல்	Word
சொல்	Say it
சொல்வேன்	I'll tell you
சொல்வோம்	We will say,let's say
சொற்கள்	Words
சொன்னோம்	We told
சோகம்	Sadness
சோடை	Unproductive,useless
சோலை	Grove
சோளம்	Corn
சோறு	Cooked rice(food)
சௌக்கியம்	Ease
சௌந்தர்யம்	Beauty
சௌரி	False hair
ஞாபகம்	Memory
ஞாயிறு	Sun
ஞாயிறு	Sunday
ஞாலம்	World
ஞானம்	Wisdom
டப்பா	Box
டாடா	Waving hand
தகரம்	Tin
தகர்	Destroy
தகாத	Illegal
தங்க	To stay
தங்கம்	Gold
தங்கு	Stay
தங்கை	Sister
தசை	Muscle
தச்சர்	Carpenter
தஞ்சம்	Refuge
தஞ்சாவூர்	Proper noun
தஞ்சை	Proper noun
தட தட	Identical rhyme for moving fast
தடம்	Track
தடி	Stick
தடை	Barrier
தட்டி	Tap
தட்டு	Tap
தணல்	Ember
தண்டம்	Fine
தண்ணீர்	Water
தந்தார்	Gave
தந்தை	Father
தப தப	Identical rhyme for crowd moving fast
தமிழ்	Tamil
தம்பி	Younger brother

அகராதி

தயக்கம்	Hesitation
தயிர்	Curd
தயை	Kindness
தர தர	Identical rhyme for dragging
தரம்	Quality
தராசு	Balance
தரி	Wear
தரை	Ground
தர்பூசணி	Watermelon
தலம்	Place,site
தலை	Head
தவம்	Penance
தவளை	Frog
தவி	Languish
தழ தழ	Identical rhyme for fresh
தழல்	Burning
தழை	Foilage
தள தள	Identical rhyme for plumpness
தளம்	Floor
தள்ளி	Push
தறி	Loom
தனம்	Wealth
தனி	Separate
தாகம்	Thirst
தாக்க	Attack
தாக்கம்	Impact
தாக்கல்	Filing
தாங்க	Bearable
தாங்க	Please give
தாடி	Beard
தாத்தா	Grandfather
தாமதம்	Delay
தாமரை	Lotus
தாம்பூலம்	Betel leaf and areca-nut
தாயம்	Dice
தாயார்	Mother
தாய்	Mother
தாரம்	Wife
தார்	Tar
தாலி	Nuptical chain
தாவி	Jump
தாழ	Down
தாழை	Screw pine
தாழ்பாள்	Bolt
தாளம்	Rhythm
தாள்	Paper
தானம்	Charity
தான்	Oneself
திங்களூர்	Proper noun
திங்கள்	Monday
திசை	Direction
திடீர்	Sudden
திட்டி	Scolding
திட்டு	Scold
திண்ணம்	Certainty
திண்ணை	Pyal-A raised,resting platform at the front enterance of a house intended for passerby
திரி	Wick
திரி	Roam
திருவள்ளூர்	Proper noun
திரை	Screen
திறை	Impost,levy,tax
தீ	Fire
தீட்டி	Paint
தீட்டு	Depict
தீண்ட	Touch
தீண்டி	Touch
தீபம்	Lamp
தீமை	Evil
தீரம்	Courage
தீவிரம்	Intensity
தீவு	Island
தீனி	Snacks
துடி	Palpitate
துடுப்பு	Oar
துணி	Cloth
துணை	Aid
துண்டு	Slice
துப்பு	Spit

அகராதி

துப்பு	Clue
துயில்	Sleep
துறவு	Renunciation
தெப்பக்குளம்	Tank attached to a temple in which the deity is floated on rafts during festival
தெப்பம்	Raft
தெம்மாங்கு	A kind of ditty peculiar to the rustics of Tamil Nadu
தெய்வம்	God
தெரு	Street
தெளி	Sprinkle
தெளிவு	Clarity
தெறி	Splash
தெற்கு	South
தென்கிழக்கு	Southeast
தென்மேற்கு	Southwest
தென்றல்	Breeze
தேகம்	Body
தேங்காய்	Coconut
தேசம்	Nation
தேடி	Searching
தேடினோம்	We searched
தேடு	Search
தேய்	Rub
தேர்	Chariot
தேள்	Scorpion
தேன்	Honey
தை	Sew
தை	Tamil month Thie
தொகு	Compile
தொகுப்பு	Collection
தொக்கி	Clutch, tag,implicit
தொக்கு	Disdain,subintelligitur,triffle
தொங்கி	Hanging
தொங்கு	Hang
தொடக்கம்	Start
தொடர்பு	Contact
தொடா	Untouched
தொடு	Touch
தொடுவேன்	I'll touch you
தொடை	Thigh
தொட்டி	Tank
தொட்டு	Touch
தொண்டை	Throat
தொத்தல்	Lean
தொத்து	Adhere to,infect
தொப்பை	Belly
தொலைக்காட்சி	Television
தொலைந்தேன்	Lost
தொலைவு	Far
தொல்லை	Trouble
தொழில்	Occupation
தொழு	Worship
தொழுவேன்	I will pray
தொள தொள	Identical rhyme for loose
தொள்ளாயிரம்	Nine hundred
தொன்மை	Antiquity
தோசை	Dosa (food)
தோடி	Name of a raga
தோடு	Button Earring
தோட்டம்	Garden
தோணி	Boat
தோது	Touch
தோப்பு	Grove,orchard
தோரணை	Posture
தோல்	Skin
தோழன்	Male friend
தோழி	Female friend
தோள்	Shoulder
நகம்	Nail
நகரம்	City
நகர்	Move
நகர்ந்தார்	Moved on
நக்கல்	Mocking
நங்கூரம்	Anchor
நஞ்சை	Fertile
நடந்தேன்	I walked
நடம்	Dance
நடனம்	Dance

அகராதி

நடி	Act
நடித்தேன்	I acted
நடை	Style
நட்சத்திரம்	Star
நட்டம்	Loss,vertical
நட்டம்	Vertical
நண்பகல்	Noon
நண்பன்	Friend
நத்தம்	Proper noun
நத்தை	Snail
நந்தவனம்	Garden
நந்தா	Perpetual
நம நம	Identical rhyme for itching
நம்	Our
நம்பி	To believe
நயம்	Fineness
நரகம்	Hell
நரி	Fox
நரை	Gray
நலம்	Health
நலி	Suffer,affliction
நல்ல	Pretty good
நல்லவன்	Good man
நல்வரவு	Welcome
நற நற	Identical rhyme for grinding teeth
நன்று	Good
நன்னீர்	Fresh water
நாகம்	Snake
நாகூர்	Proper noun
நாக்கு	Tongue
நாங்கள்	Us
நாசம்	Destruction
நாடகம்	Drama
நாடா	Tape
நாடி	Chin
நாடி	Seek
நாடினேன்	I sought
நாடு	Country
நாடுகிறோம்	We are seeking

நாடுவேன்	I will seek
நாடோடி	Vagabond
நாட்கள்	Days
நாட்டம்	Desire
நாணி	Being shy
நாண்	Chord
நாதம்	Musical sound
நாதா	Leader
நாதா	Proper noun
நாமம்	Name
நாம்	Us
நாயகர்	Hero
நாய்	Dog
நாரதர்	Proper noun
நாரை	Stork
நார்	Fiber
நாளம்	Vein
நாளை	Tomorrow
நாள்	Day
நாற்றம்	Smell
நானூறு	Four hundred
நான்	I am
நான்கு	Four
நிதி	Fund
நிழல்	Shadow
நிறுத்து	Stop
நின்றேன்	I stopped
நீ	You
நீக்கம்	Removal
நீங்கள்	You are
நீச்சல்	Swimming
நீட்டம்	Length
நீட்டி	Stretch
நீட்டு	Lengthen
நீண்ட	Long
நீர்	Water
நீலம்	Blue
நீவி	Rub gently,massage
நீவு	Rub gently
நீளம்	Length

அகராதி

நீள்சதுரம்	Rectangle
நீள்வட்டம்	Ellipse
நுங்கு	Unripe pulpy substance of a palmyra fruit
நுணி	Scrutinize
நுணி	Minute
நுனி	Tip,point,sharp,edge
நூறு	One hundred
நுனி	tip
நெகிழ்வு	Flexibility
நெசவு	Weaving
நெஞ்சம்	Heart
நெடிய	Long
நெடு	Long
நெடுங்கடல்	Long sea
நெடுமாறன்	Proper noun
நெம்பி	Lever,Lift
நெய்	Ghee
நெருப்பு	Fire
நெல்	Rice
நெளி	Squirm
நெளி	Corrugated
நேசம்	Affection
நேரம்	Time
நேர்	Straight
நேற்று	Yesterday
நையாண்டி	Satirical
நைல் நதி	Nile river
நொக்கு	To beat
நொடி	Second
நொந்து	Express,anguish
நோக்கம்	Object
நோக்கி	To
நோட்டம்	Observation
நோயாளி	Patient
நோய்	Sickness
நோன்பு	Fasting
படம்	Picture
பகடை	Dice
பக்கம்	Page

பங்கம்	Detriment,disgrace
பங்கு	Share
பங்குனி	Tamil month Panguni
பசி	Hunger
பசு	Cow
பசை	Glue
பச்சை	Green
பஞ்சம்	Famine
பஞ்சை	Weakling
படி	Step
படி	Copying,duplicating
படி	Read
படித்தேன்	I read
படீர்	Smack
பட்டணம்	Town
பட்டம்	Kite
பட்டி	Barn
பட்டி	Village
பணம்	Money
பணி	Work
பண்	Tune,musical note
பண்டம்	Article
பதம்	Term
பதர்	Chaff
பதி	Imprint
பத்து	Ten
பந்தயம்	Bet
பந்தல்	Awning,pavilion
பந்தா	Being proud
பந்து	Ball
பம்பரம்	Top
பயம்	Fear
பயல்	Boy
பயின்றேன்	I studied
பர பர	Identical rhyme for excitement
பருத்து	Puffiness
பருந்து	Hawk
பலம்	Result
பலாப்பழம்	Jackfruit
பலி	Sacrifice

அகராதி

பலே	Excellent
பல்	Tooth
பல்லவன்	Proper noun
பல்லி	Lizard
பவளம்	Coral
பழங்கள்	Fruits
பழம்	Fruit
பழி	Blame
பழுது	Flaw
பள பள	Identical rhyme for sparkle
பளீர்	Bright
பளு	Weight
பள்ளம்	Pit
பள்ளி	School
பற	Fly
பறை	Tambourine
பற்கள்	Teeth
பனம்	Palm fruit
பனம்பழம்	Palmyra Fruit (ice apple)
பனி	Snow
பனை	Palm tree
பன்னீர்	Rose-water
பாடம்	Lesson
பாபா	Proper noun
பாப்பா	Baby
பாகம்	Portion
பாகற்காய்	Bitter gourd
பாக்கம்	Coastal village
பாசம்	Love
பாசி	Moss
பாடி	Singing
பாடினேன்	I have sung
பாடினோம்	We sang
பாடு	Sing
பாடுகிறோம்	We are singing
பாடுவோம்	Let's sing
பாட்டம்	Rainstrom,downpour
பாட்டம்	Lease
பாட்டி	Grandmother
பாதம்	Foot
பாதி	Half
பாயசம்	Sweet rice pudding
பாய்	Mat
பாரம்	Load
பார்	See
பார்க்க	To see
பார்த்தேன்	I saw
பாலம்	Bridge
பாலூட்டி	Mammal
பால்	Milk
பாவம்	Sin
பாவி	Sinner
பாழ்	Ruin
பாளம்	Block
பாறை	Rock
பானம்	Drink
பானை	Pot
பிடி	Hold
பிணி	Malady,disease
பிரி	Separate
பிரியாணி	Biryani(food)
பிழி	Squeeze
பிறை	Crescent
பின்பனி	Late snow
பீங்கான்	Porcelain
பீதி	Panic
பீப்பாய்	Barrel
பீரங்கி	Cannon
புகை	Smoke
புட்டி	Bottle
புட்டு	Meal cake cooked with steam(food)
புதன்	Mercury,Wednessday
புது	New
புயல்	Storm
புரட்டாசி	Tamil month Purattasi
புருவம்	Eyebrow
புலி	Tiger
புல்	Grass
புவி	Earth

அகராதி

புழு	Worm
புற்று	Cancer
புற்று	Ant-hill
புனை	Fiction
பூகம்பம்	Earthquake
பூசணிக்காய்	Pumpkin
பூஞ்சை	Fungus
பூனை	Cat
பெட்டகம்	Locker
பெண்	Woman
பெயர்	Name
பெய்	Raining
பெரியப்பா	Father's elder brother
பெரியம்மா	Mother's elder sister
பெரியவர்	Adult
பெருமை	Glory
பெறு	Receive
பெறுவது	Getting
பேசு	Speak
பேசுவேன்	I'll talk
பேண்	Protect
பேதம்	Difference
பேத்தி	Grand daughter
பேய்	Ghost
பேரன்	Grand son
பேரிக்காய்	Pear
பேருந்து	Bus
பேன்	Louse
பை	Bag
பையன்	Boy
பொக்கை	Dent or crack
பொங்கல்	Pongal
பொங்கி	Seeth
பொங்கு	Effervesce
பொசி	Oozing
பொசுக்கு	Burn
பொடி	Powder
பொட்டல்	Arid land
பொட்டு	Spot
பொதி	Package
பொது	Public
பொத்தல்	Buttoning
பொத்து	Shut or Cover
பொந்து	Hole
பொம்மை	Doll
பொய்	False,lie
பொய்கை	Tank
பொரி	Fry
பொருள்	Subject
பொழில்	Garden
பொறி	Trap
பொறு	Wait
பொறை	Bread or Tolerance
பொன்	Gold
பொன்று	To perish
போ	Go
போகிறேன்	Going to
போடு	Put on
போட்டி	Competition
போட்டு	Put on
போது	When
போய்	Go on
போர்	War
போர்வை	Blanket,cover
போலி	Fake
போல்	As
போவேன்	I'll go
பௌத்தம்	Buddhism
பௌர்ணமி	Full moon
பௌவம்	Deep-sea
மடம்	Monastery
மகதம்	What is now south Bihar at the eastern Ganges plain
மகாமகம்	Duodecennial,the great luni-solar festival with a holy dip at Kumbakonam: a town in Tamilnadu India held once in 12 years
மக்கர்	Not functioning
மக்கள்	People

அகராதி

மங்களம்	Auspicious
மச்சம்	Mole
மச மச	Identical rhyme for slackness
மஞ்சம்	Couch
மஞ்சள்	Turmeric
மடி	Fold
மட்டம்	Level
மணம்	Odor,smell
மணல்	Sand
மணி	Bell
மண்	Soil
மண்டபம்	Hall
மத மத	Identical rhym for slow
மதம்	Religion
மதி	Moon
மத்தகம்	Forehead of an elephant
மத்தளம்	Drum
மந்தை	Herd
மயக்கம்	Faint
மயில்	Peacock
மயூரம்	Peacock
மரகதம்	Emerald
மரங்கள்	Trees
மரங்கொத்தி	Woodpecker
மரணம்	Death
மரம்	Tree
மருந்து	Medicine
மலை	Mountain
மல்லர்	Wrestler
மல்லி	Jasmine
மழ மழ	Identical rhyme for smooth-ness
மழை	Rain
மள மள	Identical rhyme for speed
மற	Forget
மனம்	Mind
மன்னர்	King
மாடம்	Niche
மாங்காய்	Unripe Mango
மாசி	Tamil month Masi

மாசு	Dirt
மாடி	Upstairs
மாட்டல்	Ornament
மாட்டி	Hook
மாதம்	Month
மாநகர்	City
மாந்தர்	Human beings
மாமரம்	Mango tree
மாமா	Uncle
மாமி	Aunt
மாம்பழம்	Ripe Mango
மாயம்	Magic
மாயை	Illusion
மார்கழி	Tamil month Margazhli
மாலன்	Proper noun
மாலை	Evening
மாவு	Flour
மாறன்	Proper noun
மாறி	Variable
மாற்றம்	Change
மானம்	Honor,dignity
மான்	Deer
மிதி	Pedal
மிதி	Kick
மிதிவண்டி	Bicycle
மிளகாய்	Chili
மீசை	Moustache
மீட்டர்	Meter
மீட்டி	Plucked string
மீண்ட	Recovered
மீன்	Fish
முகம்	Face
முக்கோணம்	Triangle
முடி	End,finish
முடி	Hair
முட்டி	Collide
முட்டி	Knee
முட்டு	Prop
முதலை	Crocodile
முதுகு	Back

அகராதி

முதுவேனில்	Summer season
முத்து	Pearl
முந்து	Precede
முந்நூறு	Three hundred
முயல்	Hare
முயற்சி	Attempt
முருங்கைக்காய்	Drumstick
முழங்கால்	Knee
முழங்கை	Elbow
முழு	Full
முள்	Thorn
முறுக்கு	Twist
முற்றும்	Completely
முன்	Before
முன்பனி	Early snow
மூக்கு	Nose
மூங்கில்	Bamboo
மூடன்	Fool
மூட்டு	Joint
மூப்பு	Aging
மூலம்	Source
மூன்று	Three
மெட்டி	Toe ring
மெட்டு	Tune
மெதுவாய்(க)	Slowly
மெதுவாக	Slowly
மெத்தை	Cushion
மெய்	Truth
மெல்ல	Slowly
மெல்லிய	Thin
மெழுகு	Wax
மென்மை	Softness
மேகம்	Cloud
மேடு	Hillock, mound
மேடை	Stage
மேய்	Feed,graze
மேரு	Himalayas
மேலே	Above
மேல்	Above
மேற்கு	West

மேனி	Body
மை	Ink
மொக்கை	Blunt
மொச்சை	Bean
மொட்டு	Bud
மொட்டை	Bald,shaven head
மொய்	Monitory gift
மொழி	Language
மோகம்	Fascination
மோசம்	Danger,fraud
மோதி	Collide
மோதிரம்	Ring
மோர்	Buttermilk
மோனை	Alliteration
மௌடீகம்	Stupidity
மௌரியர்	Maurya,ancient kings of India
மௌவல்	Tree jasmine
மௌனம்	Silence
யாகம்	Yajna,sacrificial fire
யார்	Who
யாழ்	Harp
யாமம்	Midnight
யானை	Elephant
யுகம்	Age
யூதர்கள்	Jews
யோகம்	Luck
யோகி	Yogi
யோசனை	Suggestion
யௌவனம்	Being young
ரகம்	Variety
ரசம்	Rasam
ரம்பம்	Hacksaw
ரவை	Semolina
ராகம்	Tune
ரூபாய்	Rupee
ரொட்டி	Bread
லட்டு	Laddu
லொட லொட	Identical l rhym for talkative
வங்கம்	Proper noun
வங்காளம்	Proper noun

அகராதி

வசம்	At possession
வசி	Live
வசை	Abuse
வஞ்சகம்	Deceit
வஞ்சம்	Vengeance
வடகம்	A skin thin rice floor cumin seasoning of dried onions
வடக்கு	North
வடகிழக்கு	Northeast
வடமேற்கு	Northwest
வடம்	Cord
வடை	Vada(food)
வட்டம்	Circle
வட்டி	Interest
வட்டு	Disc
வணக்கம்	Hi,salutation
வண்டி	Cart
வண்ணம்	Colour
வதம்	Killing
வத்தல்	Dried chilli
வந்தனம்	Greeting
வந்து	Come
வயல்	Field
வயிறு	Abdomen
வர வர	Identical rhyme for step by step
வரம்	Boon
வரவு	Income
வரி	Tax
வருந்து	Grieve
வரை	Until
வலம்	Right
வலம்	Procession
வலி	Pain
வலுவூட்டு	Reinforce
வலை	Net
வல்ல	Talented
வல்லம்	Proper noun
வல்லவன்	The mighty one
வல்லூறு	Falcon

வழ வழ	Identical rhyme for slipppery
வழி	Way
வளம்	Abundance
வள்ளி	Proper noun
வள்ளியூர்	Proper noun
வனம்	Forest
வாங்க	Buy
வாங்க	Please come
வாசம்	Smell
வாசல்	Gate
வாசி	Read
வாடினேன்	I wilted
வாடு	Wilt,wither
வாணி	Proper noun
வாதம்	Argument
வாத்து	Duck
வாய்	Mouth
வாரம்	Week
வாலி	Proper noun
வால்	Tail
வாழி	Long live
வாழை	Banana
வாழைக்காய்	Plantain
வாழைப்பழம்	Banana
வாழ்	Live
வாள்	Sword
வானம்	Sky
வானொலி	Radio
விசை	Key
விடியல்	Dawn
விடு	Get rid of
விடுப்பு	Leave
விடை	Answer
விதை	Seed
வியாழன்	Jupiter,Thursday
விரல்	Finger
விரி	Expand
விருந்து	Feast
விரும்பு	Like
விலக்கேல்	Don't exclude

அகராதி

விலை	Price
விழி	Eye
விழு	Fall
விழுது	Ariel root
விளம்பேல்	Don't say it
விளி	Callout
வீக்கம்	Swelling
வீசை	A measure of weight
வீடு	House
வீட்டில்	At home
வீணை	Veena,stringed Instrument
வீண்	In vain
வீதி	Street
வீரம்	Heroism
வீரியம்	Virility
வெகுவாய்	Too much
வெங்காயம்	Onion
வெட்கம்	Shame
வெட்டி	Cut
வெட்டு	Cut
வெண்டைக்காய்	Okra
வெண்ணெய்	Butter
வெண்மை	White
வெம்மை	Heat
வெல்	Overcome,win
வெல்லம்	Jaggery
வெளி	Open space
வெளியே	Out
வெள்ளம்	Flood
வெள்ளி	Silver
வெள்ளை	White
வெறி	Frenzy
வெறு	Loathe
வெற்றி	Success
வென்று	Won
வென்றேன்	I won
வேகம்	Speed
வேங்கை	Tiger
வேடம்	Guise
வேடன்	Hunter
வேட்டு	Dynamite
வேண்டாம்	Don't want
வேண்டு	Beg
வேண்டு	Pray
வேண்டும்	Want, need
வேதம்	Vedas
வேப்பங்காய்	unripe neem fruit
வேர்	Root
வேலி	Fence
வேல்	Speare
வேள்வி	Sacrifice
வேறு	Different
வை	Lay,keep
வைகறை	Dawn
வைகாசி	Tamil month Vaikasi
வைகை	Vaigai River
வைரம்	Diamond
வௌவால்	Bat,flying mammal